ਰਾਜ ਸਮੱਧਰ

ਮਿੱਠੀ ਨਦੀ

BlueRose ONE.com
Stories Matter
NewDelhi • London

BLUEROSE PUBLISHERS
India | U.K.

Copyright © Raj Smaddar 2025

All rights reserved by author. No part of this publication may be reproduced, stored in a retrieval system or transmitted in any form or by any means, electronic, mechanical, photocopying, recording or otherwise, without the prior permission of the author. Although every precaution has been taken to verify the accuracy of the information contained herein, the publisher assumes no responsibility for any errors or omissions. No liability is assumed for damages that may result from the use of information contained within.

BlueRose Publishers takes no responsibility for any damages, losses, or liabilities that may arise from the use or misuse of the information, products, or services provided in this publication.

For permissions requests or inquiries regarding this publication, please contact:

BLUEROSE PUBLISHERS
www.BlueRoseONE.com
info@bluerosepublishers.com
+91 8882 898 898
+4407342408967

ISBN: 978-93-7018-476-3

Typesetting: Pooja Sharma

First Edition: May 2025

ਪੇਸ਼ਕਸ਼

ਇਹ ਕਵਿਤਾ, ਕਹਾਣੀ ਵਾਰਤਕ ਜਾਂ ਲੇਖ ਹੈ ਮੈਂ ਨਹੀਂ ਜਾਣਦੀ।

ਸਿਰਫ ਤੇ ਸਿਰਫ ਮੇਰੇ ਮਨ ਦੇ ਵਲਵਲੇ ਨੇ ਜੋ ਮੈਂ ਕਾਗਜ਼ਾਂ ਨਾਲ ਸਾਂਝੇ ਕਰਦੀ ਰਹਿਨੀ ਹਾਂ।

ਕਿਸੇ ਪਾਬੰਦੀ , ਕਿਸੇ ਮਿਆਰ ਤੇ ਕਿਸੇ ਝਿਜਕ ਤੋਂ ਬਿਨਾ ਸਾਫ ਸਾਫ ਲਫ਼ਜ਼ਾਂ ਵਿਚ ਸਭ ਕੁਝ ਬਿਆਨ ਕਰਦੀ ਹਾਂ।

ਕੋਈ ਇਨਾਂ ਜਜ਼ਬਾਤਾਂ ਨੂੰ ਸਮਝਣ ਦੀ ਸਮਰੱਥਾ ਰੱਖਦਾ ਹੋਵੇ ਤਾਂ ਬੁਹੁਤ ਸ਼ੁਕਰੀਆ ਤੇ ਜੋ ਨਾ ਸਮਝ ਸਕੇ ਤਾਂ ਖਿਮਾ ਜਾਂਚਨਾ।

– ਰਾਜ ਸਮੱਧਰ

ਸੂਚਕਾਂਕ

ਪੇਸ਼ਕਸ਼	3
ਸੂਚਕਾਂਕ	5
ਮਿੱਠੀ ਨਦੀ	1
ਚੁੱਪ	2
ਰੂਹ ਦਾ ਦਰਦ	3
ਸ਼ਹਿਰ	4
ਰਿਸ਼ਤਾ	5
ਸੂਰਜ	6
ਤਲਾਸ਼	8
ਕੋਵਿਡ ਵੇਲਾ	10
ਜੰਗਲੀ ਬੂਟੀ	11
ਚਾਨਣ	15
ਖਾਸ	16
ਆਸ	17
ਹਿੰਮਤ	18
ਸੂਰਤ	19
ਕਮਾਈ	20
ਕੱਲ	23
ਛੱਡ ਗਏ	24
ਵੀਰ	25

ਮੈਂ	26
ਔਰਤ ਦਾ ਸੰਤਾਪ	27
ਪਾਖੰਡ	29
ਪਸੰਦ	30
ਪਰਛਾਵਾਂ	31
ਧੀ ਦਾ ਵਿਆਹ	32
ਉਦਾਸੀ	34
ਸਫਰ	35
ਮਾਏ ਨੀ	36
ਵਿਦਾਈ	38
ਮੇਰੀ ਚੁੱਪ	39
ਸ਼ਬਦ ਅਰਥ	41
ਕੈਂਠ	42
ਭੇੜੀਆ	43
ਹਾਸਿਆਂ ਦਾ ਭਾਰ	45
ਨਵਾਂ ਵਰ੍ਹਾ	46
ਸਮਾਂ	47
ਆਤਮ ਕਥਾ	48
ਕਵਿਤਾ	50
ਅੰਮ੍ਰਿਤਾ ਨੂੰ	51
ਪੰਜਾਬੀ	53
ਝੂਠ	55
ਕਫ਼ਨ	56
ਪੈਂਡੂ ਬੱਚੇ	57

ਕਿੱਥੇ ਚਲੀ ਗਈ	60
ਤੂਫ਼ਾਨ	62
ਬਾੜੀ	63
ਸ਼ੀਸ਼ਾ	65
ਉਮੀਦ	66
ਨੀਲ ਨੂੰ	67
ਕਲਯੁਗ	68

ਮਿੱਠੀ ਨਦੀ

ਸ਼ਾਇਦ ਮੈਂ ਕਿੱਸੇ ਦੇਵੀ ਦੇਵਤੇ ਦੀ ਅੱਖ ਚੋਂ ਕਿਰਿਆ ਕੋਈ ਸਰਾਪਿਆ ਹੰਝੂ ਸੀ
ਜੋ ਕਿੱਸੇ ਬਰਫੀਲੀ ਚੋਟੀ ਤੇ ਡਿਗ ਕੇ ਜਮ ਗਿਆ ਸੀ
ਜਦੋਂ ਸੂਰਜ ਦੀ ਨਿੱਘੀ ਨਜ਼ਰ ਨਾਲ ਮੇਰਾ ਤਨ ਮਨ ਪਿਘਲਿਆ
ਤਾਂ ਨਹੀਂ ਸਾਂ ਜਾਣਦੀ ਕਿ ਮੈਂ ਵੀ
ਮਿੱਠੇ ਪਾਣੀ ਦੀ ਨਦੀ ਬਣ ਸਕਦੀ ਹਾਂ
ਪਹਾੜੀ ਰਾਹਾਂ ਤੇ ਸ਼ੀਤ ਹਵਾਵਾਂ ਦੇ ਥਪੇੜੇ ਖਾਂਦਿਆਂ
ਕਦੇ ਵੀ ਨਹੀਂ ਸੀ ਸੋਚਿਆ ਕਿ ਮੇਰੀ ਮੰਜ਼ਿਲ
ਖਾਰਾ ਸਮੁੰਦਰ ਵੀ ਹੋ ਸਕਦਾ ਹੈ
ਮੈਂ ਤਾਂ ਜਿਧਰ ਵੀ ਤੱਕਿਆ ਇਕ ਸਾਂਝ ਬਣਾ ਲਈ
ਸਮੁੰਦਰ ਤਕ ਦਾ ਲੰਬਾ ਪੈਂਡਾ ਤਹਿ ਕਰਦਿਆਂ
ਕਿੰਨੇ ਹੀ ਝਰਨਿਆਂ ਤੇ ਤਲਾਵਾਂ ਨੇ
ਮੇਰੇ ਪੈਰਾਂ ਚ ਬੇੜੀਆਂ ਪਾ ਕੇ ਮੈਨੂੰ ਠਹਿਰਣ ਦਾ ਸੱਦਾ ਦਿੱਤਾ
ਪਰ ਮੇਰੇ ਮਨ ਚ ਤਾਂ ਸਮੁੰਦਰ ਨੂੰ ਮਿਲਣ ਦੀ ਤਾਂਘ ਸੀ
ਮੈਂ ਮਿੱਠੇ ਪਾਣੀ ਦੀ ਨਦੀ ਸਮੁੰਦਰ ਦੀ ਫਿਤਰਤ ਤੋਂ ਅਣਜਾਣ ਸੀ
ਸਮੁੰਦਰ ਚ ਮਿਲਦਿਆਂ ਹੀ ਮੈਂ ਆਪਣੀ ਹੋਂਦ ਗਵਾ ਲਈ
ਸਿੱਪੀਆਂ ਘੋਗੇ ਤੇ ਮੋਤੀ ਤਾਂ ਜੰਮੇ
ਪਰ ਆਪਣੀ ਹੀ ਕੁੱਖ ਪਥਰਾ ਲਈ
ਨਹੀਂ ਜਾਣਦੀ ਅਨੰਤ ਨਦੀਆਂ ਪੀਣ ਪਿੱਛੋਂ
ਸਮੁੰਦਰ ਦੀ ਪਿਆਸ ਬੁਝੀ ਯਾ ਨਹੀਂ
ਪਰ ਮਿੱਠੀ ਨਦੀ ਅੱਜ ਵੀ ਅਤਰਿਪਤ ਹੈ

ਚੁੱਪ

ਮੈਂ ਤਾਂ ਓਦੋਂ ਵੀ ਚੁੱਪ ਰਹੀ
ਜੱਦੋਂ ਸੁਪਨਿਆਂ ਦੀਆਂ ਟੁੱਟੀਆਂ ਕੀਚਰਾਂ
ਮੇਰੀਆਂ ਅੱਖਾਂ ਲਹੂ ਲੁਹਾਨ ਕਰ ਗਈਆਂ
ਮੈਂ ਤਾਂ ਓਦੋਂ ਵੀ ਚੁੱਪ ਰਹੀ
ਜਦੋਂ ਮੇਰੇ ਆਪਣੇ ਹੀ ਜਿਸਮ ਤੇ ਸਾਹਾਂ ਨੇ
ਆਪਸ ਵਿਚ ਵੰਡੀਆਂ ਪਾ ਲਈਆਂ
ਮੈਂ ਤਾਂ ਓਦੋਂ ਵੀ ਚੁੱਪ ਰਹੀ
ਜਦੋਂ ਮੇਰੇ ਆਪਣਿਆਂ ਨੇ ਹੀ
ਮੇਰੀ ਮੌਤ ਦਾ ਦਸਤਾਵੇਜ਼ ਲਿਖਿਆ
ਮੈਂ ਤਾਂ ਓਦੋਂ ਵੀ ਚੁੱਪ ਰਹੀ
ਜਦੋਂ ਮੇਰੇ ਹਿੱਸੇ ਦੀ ਧੁੱਪ
ਤੂੰ ਕਿੱਸੇ ਹੋਰ ਦੀ ਝੋਲੀ ਪਾ ਦਿੱਤੀ
ਮੈਂ ਤਾਂ ਓਦੋਂ ਵੀ ਚੁੱਪ ਰਹੀ
ਜਦੋਂ ਆਪਣੀ ਜ਼ਿੰਦਗੀ ਦੇ ਗਣਿਤ ਚੋਂ
ਤੂੰ ਮੈਨੂੰ ਮਨਫ਼ੀ ਕਰ ਦਿੱਤਾ
ਮੈਂ ਤਾਂ ਹੁਣ ਵੀ ਚੁੱਪ ਹੀ ਰਹਿਣਾ ਸੀ
ਜੇ ਮੇਰੀ ਕਲਮ
ਨਜ਼ਮਾਂ ਨਾਲ ਦੋਸਤੀ ਨਾ ਕਰਦੀ

ਰੂਹ ਦਾ ਦਰਦ

ਦੋ ਨੇਕ ਰੂਹਾਂ
ਦੋ ਗੁੰਬਦਾਂ ਚ ਬੰਦ
ਨਾ ਕੋਈ ਬਾਰ
ਨਾ ਕੋਈ ਬਾਰੀ
ਨਾ ਕੋਈ ਸਾਂਝੀ ਕੰਧ
ਦਾਸਤਾਂ ਦਿਲ ਦੀ ਹੁੰਦੀ
ਜਾਂ ਜਿਸਮ ਦੀ ਹੁੰਦੀ
ਤਾਂ ਸੁਣਾਈ ਜਾ ਸਕਦੀ ਸੀ
ਲਿਖੀ ਜਾ ਸਕਦੀ ਸੀ
ਜਾਂ ਗਾਈ ਵੀ ਜਾ ਸਕਦੀ ਸੀ
ਇਹ ਤਾਂ ਰੂਹ ਦਾ ਦਰਦ ਹੈ
ਆਤਮਾ ਦੀ ਤੜਪ ਹੈ
ਜੋ ਸ਼ਬਦਾਂ ਤੋਂ ਪਰੇ ਹੈ
ਅਰਥਾਂ ਤੋਂ ਪਰੇ ਹੈ
ਜਿਸ ਨੂੰ ਮਿਲਣ ਤੋਂ ਬਾਦ
ਮੈਂ ਮੀਰਾ ਬਾਈ ਹੋ ਗਈ ਸੀ
ਸੁਣਿਆ ਹੈ
ਮੈਥੋਂ ਵਿਛੜ ਕੇ
ਉਹ ਮਹਾਤਮਾ ਬੁੱਧ
ਹੋ ਗਿਆ ਹੈ

ਸ਼ਹਿਰ

ਅਸੀਂ ਰੋਂਦੇ ਰਹੇ ਤੇ ਸ਼ਹਿਰ ਹੱਸਦਾ ਰਿਹਾ
ਅਸੀਂ ਉੱਜੜ ਗਏ ਤੇ ਸ਼ਹਿਰ ਵੱਸਦਾ ਰਿਹਾ
ਤੀਰ ਕਿਧਰੋਂ ਚਲੇ ਕੋਈ ਖ਼ਬਰ ਨਹੀਂ
ਪਰ ਨਿਸ਼ਾਨਾ ਸਾਡੇ ਹੀ ਦਿਲ ਤੇ ਲੱਗਦਾ ਰਿਹਾ
ਉਂਜ ਤੇ ਸਾਰਾ ਸ਼ਹਿਰ ਹੀ ਮਹਿਰਮ ਸੀ
ਪਰ ਦਿਲ ਕਿਸੇ ਹਮਨਵਾਂ ਲਈ ਤਰਸਦਾ ਰਿਹਾ
ਭਰ ਭਰ ਕੇ ਪਿਆਲੇ ਪਿਆਰ ਦੇ ਪਿਲਾਏ ਉਸਨੂੰ
ਨਾਗ ਨਫਰਤ ਦਾ ਫਿਰ ਵੀ ਡੱਸਦਾ ਰਿਹਾ
ਉਮਰ ਭਰ ਸੱਜਦੇ ਕਰਦੇ ਰਿਹੇ ਉਸਨੂੰ
ਉਹ ਸਾਨੂੰ ਫਿਰ ਵੀ ਬੇਵਫਾ ਸਮਝਦਾ ਰਿਹਾ
ਸਾਰੀ ਦੁਨੀਆਂ ਨੇ ਦੁਖੀ ਕੀਤਾ ਉਸਨੂੰ
ਪਰ ਇਲਜ਼ਾਮ ਸਾਡੇ ਹੀ ਸਿਰ ਲੱਗਦਾ ਰਿਹਾ
ਉਦਾਸੀ ਦਿਲਾਂ' ਚ ਉੱਤਰ ਦੀ ਰਹੀ
ਦਰਿਆ ਹੰਝੂਆਂ ਦਾ ਵਗਦਾ ਰਿਹਾ

ਰਿਸ਼ਤਾ

ਉਸਦਾ ਤੇ ਮੇਰਾ ਰਿਸ਼ਤਾ
ਮੌਸਮ ਵਰਗਾ ਸੀ
ਕਦੀ ਕਦੀ ਉਹ
ਹਨੇਰੀ ਦੀ ਤਰਾਂ ਆਉਂਦਾ
ਤੇ ਮੈਂ ਸੁੱਕੇ ਪੱਤੇ ਦੀ ਤਰਾਂ
ਉਡਦੀ ਚਲੀ ਜਾਂਦੀ
ਕਦੀ ਕਦੀ ਉਹ
ਨਿਮੀ ਨਿਮੀ ਕਣੀ ਦੀ ਤਰਾਂ
ਫੁਹਾਰ ਬਣ ਕੇ ਵਰਸਦਾ
ਤੇ ਮੈਂ ਧੁਰ ਅੰਦਰ ਤਕ
ਗਿੱਲੀ ਮਿੱਟੀ ਦੀ
ਸੁਗੰਧ ਨਾਲ ਭਰ ਜਾਂਦੀ
ਕਦੀ ਕਦੀ ਉਹ ਬਹਾਰ ਦੀ ਤਰਾਂ
ਅਚਨਚੇਤ ਆ ਧਮਕਦਾ
ਤੇ ਮੈਂ ਖਿੜ੍ਹ ਖਿੜ੍ਹ ਜਾਂਦੀ
ਕਦੀ ਕਦੀ ਜਿਵੇਂ ਸਰਦੀ ਦੀ ਇੰਤਜ਼ਾਰ ਚ
ਪੂਰਾ ਮਹੀਨਾ ਗਰਮੀ ਪੈਂਦੀ ਹੈ
ਉਹ ਆਉਂਦਾ ਹੀ ਨਾ
ਤੇ ਫਿਰ ਹਰ ਮੌਸਮ
ਬਿਰਹਾ ਦਾ ਮੌਸਮ ਬਣ ਜਾਂਦਾ

ਸੂਰਜ

ਸਿਖਰ ਦੁਪਹਿਰੇ ਜਿਸ ਦੀ ਧੁੱਪ' ਚ ਠਰਦੇ ਰਹੇ
ਉਹ ਸੂਰਜ ਮੇਰਾ ਨਹੀਂ ਸੀ
ਐਂਵੇ ਮੇਰਾ ਮੇਰਾ ਕਰਦੇ ਰਹੇ
ਮਰਨ ਬਾਦ ਨਾ ਨਾਲ ਤੁਰੇ
ਉਹ ਮਹਿਰਮ ਵੀ
ਅਸੀਂ ਜਿਓਂਦੇ ਜੀ
ਜਿਨ੍ਹਾਂ ਉੱਤੇ ਮਰਦੇ ਰਹੇ
ਮੁਹੱਬਤ ਸੀ ਕੋਈ ਵਪਾਰ ਤਾਂ ਨਹੀਂ ਸੀ
ਐਂਵੇ ਸੌਦੇਬਾਜ਼ੀਆਂ
ਗਿਣਤੀਆਂ ਮਿਣਤੀਆਂ ਕਰਦੇ ਰਹੇ
ਸ਼ੌਂਕ ਸੀ ਓਹਨੂੰ
ਹਰ ਇਕ ਬਾਜ਼ੀ ਜਿੱਤਣ ਦਾ
ਅਸੀਂ ਜਾਣ ਬੁਝ ਕੇ
ਹਰ ਇਕ ਬਾਜ਼ੀ ਹਰਦੇ ਰਹੇ
ਸੁਪਨਾ ਸੀ ਉਹ ਕੋਈ
ਹਕੀਕਤ ਤਾਂ ਨਹੀਂ ਸੀ
ਤਾ-ਉਮਰ ਉਸਦੇ
ਸਾਕਾਰ ਹੋਣ ਦਾ ਦਮ ਭਰਦੇ ਰਹੇ
ਝਰਨੇ ਵਾਂਗੂ ਜ਼ਿੰਦਗੀ
ਕਲ ਕਲ ਵਹਿੰਦੀ ਰਹੀ
ਦੋ ਦਰਿਆ ਸੀ

ਵੱਖੋ ਵੱਖਰੇ ਵਗਦੇ ਰਹੇ
ਚੀਕਣੀ ਮਿੱਟੀ ਜੇਹਾ ਰਿਸ਼ਤਾ ਸੀ ਅਪਣਾ
ਸਾਰੀ ਉਮਰ
ਬੋਚ ਬੋਚ ਪੱਬ ਧਰਦੇ ਰਹੇ

ਤਲਾਸ਼

ਨਾ ਤੂੰ ਮਿਲਿਆ
ਮੰਦਿਰ ਮਸੀਤੀਂ
ਨਾ ਮਿਲਿਆ ਗੁਰੁਦ੍ਵਾਰੇ
ਨਾ ਤੂੰ ਮਿਲਿਆ
ਗਿਰਜਾ ਘਰ ਵਿਚ
ਨਾ ਮਿਲਿਆ
ਡੇਰੇ ਸਾਧਾਂ ਵਾਲੇ
ਨਾ ਤੂੰ ਮਿਲਿਆ
ਉੱਚੇ ਪਰਬਤ
ਨਾ ਮਿਲਿਆ
ਗੰਗਾ ਧਾਰੇ
ਨਾ ਮਿਲਿਆ ਤੂੰ
ਕਾਬੇ ਜਾ ਕੇ
ਨਾ ਮਿਲਿਆ ਸਮੁੰਦਰ ਖਾਰੇ
ਨਾ ਮਿਲਿਆ
ਕਿਸੇ ਭੋਰੇ ਅੰਦਰ
ਨਾ ਮਿਲਿਆ ਕਿਸੇ ਚੁਬਾਰੇ
ਨਾ ਮਿਲਿਆ ਤੂੰ ਕਰਮੀ ਕਾਂਡੀ
ਨਾ ਮਿਲਿਆ ਸ਼ਿਵਾਲਿਕ ਦਵਾਰੇ
ਨਾ ਮਿਲਿਆ ਤੂੰ ਮਨ ਦੇ ਅੰਦਰ
ਨਾ ਮਿਲਿਆ ਬਾਹਰੋਂ ਬਾਹਰੇ

ਕਿਥੇ ਛੁਪਿਐਂ ਮੇਰੇ ਸਾਈਂ?
ਅੱਸੀ ਲੱਭ ਲੱਭ
ਤੈਨੂੰ ਹਾਰੇ

ਕੋਵਿਡ ਵੇਲਾ

ਓਦੋਂ ਸੱਦੇ ਪੱਤਰ ਠੁਕਰਾ ਦਿੰਦੇ ਸੀ
ਹੁਣ ਮਹਿਫ਼ਿਲਾਂ ਚ ਜਾਣ ਨੂੰ ਜੀ ਕਰਦੈ
ਓਦੋਂ ਭੀੜ ਚੋਂ ਬਚ ਬਚ ਚਲਦੇ ਸੀ
ਹੁਣ ਅਣਪਛਾਤੇ ਲੋਕਾਂ ਦੇ ਹਾਣ ਦਾ ਜੀ ਕਰਦੈ
ਓਦੋਂ ਸ਼ੋਰ ਸ਼ਰਾਬੇ ਤੋਂ ਘਬਰਾਉਂਦੇ ਸੀ
ਹੁਣ ਚੁੱਪ ਦੇ ਜੰਗਲ ਚੋਂ ਬਾਹਰ ਜਾਣ ਦਾ ਜੀ ਕਰਦੈ
ਪਿੰਜਰੇ ਬਣ ਗਏ ਸਾਡੇ ਘਰ ਬਿਨਾ ਸਲਾਖਾਂ ਤੋਂ
ਪੰਛੀ ਬਣ ਕੇ ਕਿਧਰੇ ਉੱਡ ਜਾਣ ਨੂੰ ਜੀ ਕਰਦੈ
ਹਰ ਚੇਹਰਾ ਮਾਯੂਸ ਤੇ ਉਦਾਸ ਦਿਖੇ
ਹਾਸਿਆਂ ਦੀਆਂ ਮਹਿਫ਼ਿਲਾਂ ਸਜਾਣ ਨੂੰ ਜੀ ਕਰਦੈ

ਜੰਗਲੀ ਬੂਟੀ

ਮੈਂ ਤੇਰੇ ਘਰ ਦੀਆਂ
ਬਰੂੰਹਾਂ ਚ ਉੱਗੀ
ਜੰਗਲੀ ਬੂਟੀ ਹਾਂ
ਕਦੋਂ ਕਿਸੇ ਦੀ ਪੈੜ
ਮੇਰੀ ਹੋਂਦ ਗਵਾ ਦੇਵੇ
ਮੈਂ ਬੇਖ਼ਬਰ ਹਾਂ
ਤੂੰ ਜੱਦ ਵੀ ਬੂਹਾ ਠਕੋਰਿਆ
ਮੈਂ ਸਹਿਮਦੀ ਰਹੀ ਹਾਂ
ਤੇਰੇ ਕਦਮਾਂ ਦੀ ਵਿੜਕ
ਮੈਂ ਮੀਲਾਂ ਤੋਂ ਪਛਾਣੀ ਹੈ
ਮੇਰੀਆਂ ਆਵਾਰਾ ਅੱਖਾਂ ਨੇ
ਤੇਰੀ ਦਹਿਲੀਜ਼ ਤੇ ਬਹਿ ਕੇ
ਕਈ ਵਾਰ ਜਗਰਾਤਾ ਕਟਿਆ ਹੈ
ਤੇਰੇ ਪੈਰਾਂ ਤੋਂ
ਉਤਾਂਹ ਤੱਕਣ ਦਾ ਹੋਂਸਲਾ
ਮੈਂ ਕਦੇ ਨਹੀਂ ਕੀਤਾ
ਤੇ ਝੁਕ ਕੇ ਮੈਨੂੰ
ਛੂਹਣ ਦਾ ਵਕ਼ਤ
ਤੈਨੂੰ ਕਦੀ ਨਹੀਂ ਮਿਲਿਆ
ਗਲੀਆਂ ਦੀ ਚੁੱਪ ਨੂੰ
ਸੰਨਾਟਾ ਕਹਿਣਾ

ਕੋਈ ਗੁਨਾਹ ਤਾਂ ਨਹੀਂ ਹੁੰਦਾ
ਬਾਂਸਾਂ ਦੇ ਜੰਗਲ ਨੂੰ
ਅੱਗ ਲੱਗਣ ਦਾ ਕਸੂਰ
ਕਿਸੇ ਗੈਰ ਸਿਰ
ਨਹੀਂ ਮੜ੍ਹਿਆ ਜਾਂਦਾ
ਤੇਰੇ ਘਰ ਦਾ ਦਰਵਾਜ਼ਾ
ਟੁੱਟਣ ਦੀ ਖਾਹਿਸ਼
ਮੈਂ ਕਦੇ ਨਹੀਂ ਕੀਤੀ
ਸ਼ੀਥਾਂ ਹੋਰ ਤਿੜਕਣ ਦੀ ਗੱਲ
ਮੈਂ ਕਦੇ ਨਹੀਂ ਸੋਚੀ
ਪਰ ਤੇਰੇ ਘਰ ਚ ਵਸਦੇ
ਨ੍ਹੇਰੇ ਚੋਂ ਕੁਝ ਲੱਭਣਾ
ਮੈਂ ਹਮੇਸ਼ਾ ਚਾਹਿਆ ਹੈ
ਬਰੂਹਾਂ ਚ ਉੱਗੀ
ਜੰਗਲੀ ਬੂਟੀ ਦੀ ਔਕਾਤ ਤੋਂ
ਮੈਂ ਵਾਕਿਫ ਹਾਂ
ਮੇਰੇ ਕੰਨ ਅੱਜ ਵੀ ਤੇਰੇ
ਉਸ ਮਹਿਮਾਨ ਦੀ
ਆਵਾਜ਼ ਨਾਲ ਭਰੇ ਪਏ ਨੇ
ਜਿਸ ਮੈਨੂੰ ਤੱਕਦਿਆਂ ਕਿਹਾ ਸੀ
ਤੂੰ ਜੰਗਲੀ ਬੂਟੀ ਦੀ ਥਾਂ
ਆਪਣੀਆਂ ਬਰੂਹਾਂ ਚ
ਕੈਕਟਸ ਕਿਉਂ ਨਹੀਂ ਲਾ ਲੈਂਦਾ
ਤੇ ਤੂੰ ਮੈਨੂੰ

ਸਰਸਰੀ ਨਜ਼ਰੇ ਤੱਕਦਾ
ਗੂੜ੍ਹੇ ਹਨੇਰੇ ਚ ਉੱਲਰ ਪਿਆ ਮੈਂ
ਮੈਂ ਉਸ ਦਿਨ
ਹਨੇਰੇ'ਚ ਤੱਕਿਆ ਨਹੀਂ
ਪਰ ਨੇਰਾ ਫੈਲ ਕੇ
ਬੂਹੇ' ਚ ਆਣ ਖਲੋਤਾ ਸੀ
ਤੇਰੇ ਘਰ ਦਾ ਗਾੜ੍ਹਾ ਹਨੇਰਾ
ਮੇਰੇ ਵੱਲ ਪਿੱਠ ਕਰਕੇ
ਸਾਰੀ ਰਾਤ ਪਹਿਰਾ ਦਿੰਦਾ ਰਿਹਾ
ਨਿਤ ਨ੍ਹੇਰੇ ਨੂੰ ਬੂਹੇ ' ਚ ਖੜ੍ਹਾ ਕਰਕੇ
ਚਾਨਣ ਵਿਚ ਘੁਲਣਾ
ਤੇਰੀ ਆਦਤ ਬਣ ਗਈ
ਤੂੰ ਚਾਨਣ ਦਾ ਪੱਲਾ
ਮੂੰਹ ਤੇ ਲੈ ਕੇ ਜ਼ੋਰ ਦੀ ਹੱਸਦਾ
ਤੇ ਮੈਂ ਤੇਰੇ ਹਾਸੇ ਵਿਚੋਂ ਰੋਣਾ ਸੁਣਦੀ
ਵਰ੍ਹਿਆਂ ਦੀ ਚੁੱਪ ਨੂੰ
ਮਜ਼ਬੂਰੀ ਦਾ ਨਾਂ ਦੇਣਾ
ਕਾਇਰਤਾ ਹੈ
ਸੂਰਜ ਦੀ ਆਸ ਵਿਚ
ਧੁੱਪ ਦਾ ਕਤਲ ਕਰਨਾ
ਈਰਖਾ ਹੋ ਸਕਦੀ ਹੈ
ਲਾਚਾਰੀ ਨਹੀਂ
ਮੈਂ ਸਾਗਰ ਦੀ ਹਿੱਕ ' ਚ
ਖੌਲਦੇ ਤੂਫ਼ਾਨ ਵੀ ਤੱਕੇ ਨੇ

ਤੇ ਮੈਂ ਜਵਾਲਾਮੁਖੀ ਚੋਂ
ਫੁੱਟ ਫੁੱਟ ਕੇ ਪੈਂਦੇ
ਲਾਵੇ ਤੋਂ ਵੀ ਅਣਜਾਣ ਨਹੀਂ
ਕੁਝ ਵੀ ਨਾ ਬੋਲਣ੍ਹ ਦਾ ਮਤਲਬ
ਬੇਜ਼ੁਬਾਨ ਨਹੀਂ ਹੁੰਦਾ
ਜੰਗਲੀ ਬੂਟੀ ਦੀ
ਜ਼ਾਤ ਨੂੰ ਸਰਾਪ ਹੈ
ਉਹ ਮਰ ਕੇ ਵੀ
ਫਿਰ ਜੀ ਪੈਂਦੀ ਹੈ
ਕਦੀ ਕਦੀ ਮੈਨੂੰ
ਆਪਣੇ ਖਾਮੋਸ਼ ਰਹਿਣ ਤੇ
ਤਰਸ ਆਉਂਦਾ ਹੈ
ਪਰ ਮੈਂ ਜੰਗਲ ਬੂਟੀ ਦੀ
ਔਕਾਤ ਤੋਂ ਵਾਕਿਫ ਹਾਂ

ਚਾਨਣ

ਮੇਰੇ ਘਰ ਵਿਚ ਪਹਿਲਾਂ
ਘੁੱਪ ਹਨੇਰਾ ਸੀ
ਜਦ ਚਾਨਣ ਦਾ ਜਨਮ ਹੋਇਆ
ਫਿਰ ਉਸਤੋਂ ਬਾਦ ਸਵੇਰਾ ਸੀ
ਚਾਨਣ ਨੇ ਕਿਲਕਾਰੀ ਮਾਰੀ
ਰੋਸ਼ਨ ਹੋ ਗਈ ਦੁਨੀਆਂ ਸਾਰੀ
ਮੈਂ ਚਾਨਣ ਨਾਲ ਕਿਕਲੀ ਪਾਵਾਂ
ਹੱਸਾਂ ਖੇਡਾਂ ਮੌਜ ਮਨਾਵਾਂ
ਜੇ ਚਾਨਣ ਹੋਵੇ ਉਦਾਸ
ਭੱਜ ਕੇ ਜਾਵਾਂ ਗੱਲ ਨਾ ਲਾਵਾਂ
ਫਿਰ ਚਾਨਣ ਤੇ ਆਈ ਜਵਾਨੀ
ਮੈਂ ਤੇ ਚਾਨਣ ਹਾਣੋ ਹਾਣੀ
ਹਰ ਰਾਜ਼ ਹੁਣ ਸਾਂਝਾ ਕਰੀਏ
ਨਾ ਸੰਗੀਏ ਤੇ ਨਾ ਹੀ ਡਰੀਏ
ਜਿਸਮ ਤੇ ਰੂਹ ਦਾ ਹਿੱਸਾ ਬਣਿਆ
ਪਾਕ ਮੁਹੱਬਤ ਦਾ ਕਿੱਸਾ ਬਣਿਆ
ਹੁਣ ਚਾਨਣ ਨੂੰ ਸੂਰਜ ਲੱਭਿਆ
ਦੋਵਾਂ ਨਵਾਂ ਜਹਾਨ ਸਿਰਜਿਆ
ਹੁਣ ਸਾਡੇ ਘਰ ਧੁੱਪ ਵੀ ਆਈ
ਸਾਡੀ ਦੁਨੀਆਂ ਹੋਰ ਰੋਸ਼ਨਾਈ
ਸੂਰਜ ਚਾਨਣ ਮਿਲ ਕੇ ਦੋਵੇਂ
ਦੋ ਘਰਾਂ ਦੇ ਦੂਰ ਕਰੋ ਹਨੇਰੇ

ਖਾਸ

ਕਦੀ ਕਦੀ ਮਨ ਉਦਾਸ ਹੁੰਦਾ ਹੈ
ਨੇੜਲਿਆਂ ਨੂੰ ਨਾ ਅਹਿਸਾਸ ਹੁੰਦਾ ਹੈ
ਜੋ ਚਲਾ ਗਿਆ ਉਹ ਪਾਸ ਹੁੰਦਾ ਹੈ
ਸਭ ਲਈ ਕੋਈ ਨਾ ਕੋਈ ਖਾਸ ਹੁੰਦਾ ਹੈ

ਆਸ

ਇੰਨਾਂ ਟੁੱਟਦੀਆਂ ਬਝਦੀਆਂ ਆਸਾਂ ਵਿਚ
ਅਸੀਂ ਆਸ ਅਨੋਖੀ ਲਾ ਬੈਠੇ
ਵਿਸਾਲੇ ਯਾਰ ਕੀ ਹੋਣਾ ਸੀ
ਬਿਰਹੋਂ ਨੂੰ ਯਾਰ ਬਣਾ ਬੈਠੇ
ਤੈਨੂੰ ਮਿਲਣ ਦੀ ਤਾਂਘ ਲਈ
ਯਤਨ ਬਥੇਰੇ ਕੀਤੇ ਨੇ
ਤੂੰ ਤਾਂ ਯਾਰਾ ਨਹੀਂ ਮਿਲਿਆ
ਅਸੀਂ ਆਪਣਾ ਆਪ ਗਵਾ ਬੈਠੇ
ਕੋਈ ਵੀ ਬੂਹਾ ਨਾ ਖੁਲਿਆ
ਹਰ ਬੂਹੇ ਦਸਤਕ ਦਿੰਦੇ ਰਹੇ
ਸਾਰੇ ਦਰ ਜਦ ਬੰਦ ਹੋਏ
ਹੁਣ ਸ਼ਹਿਰੋਂ ਬਾਹਰ
ਹਾਂ ਜਾ ਬੈਠੇ

ਹਿੰਮਤ

ਜੇ ਹਿੰਮਤ ਰੱਖੇਂ
ਤਾਂ ਬਦਦੁਆਵਾਂ ਵੀ
ਦੁਆਵਾਂ ਬਣ ਜਾਣਗੀਆਂ
ਤਪਦੀਆਂ ਲੋਆਂ ਵੀ
ਸ਼ੀਤ ਹਵਾਵਾਂ ਬਣ ਜਾਣਗੀਆਂ
ਜੇ ਹਿੰਮਤ ਰੱਖੇ ਤਾਂ
ਕੰਡਿਆਲੇ ਪੰਥ ਵੀ
ਸੁਗਮ ਸੁਹਾਣੀਆਂ
ਰਾਹਵਾਂ ਬਣ ਜਾਣਗੀਆਂ
ਜੇ ਹਿੰਮਤ ਰੱਖੇ ਤਾਂ
ਰਾਤਾਂ ਦੀਆਂ ਕਾਲਖਾਂ ' ਚ
ਜੁਗਨੂੰਆਂ ਦਾ ਝੁੰਡ ਵੀ
ਚਾਨਣ ਮੁਨਾਰੇ ਦੀਆਂ
ਸਥਾਵਾਂ ਬਣ ਜਾਣਗੀਆਂ

ਸੂਰਤ

ਮੇਰੀ ਸੂਰਤ ਮੇਰੀ ਸੀਰਤ
ਮੇਰੀ ਹੀ ਪਰਛਾਈ
ਨਾ ਉਹ ਮੇਰੀ ਕੁੱਖੋਂ ਜੰਮੀ
ਨਾ ਉਹ ਮੇਰੀ ਅਮੜੀ ਜਾਈਂ
ਹੂਬਹੂ ਉਹ ਮੇਰੇ ਵਰਗੀ
ਫਰਕ ਨਾ ਰੱਤਾ ਕਾਈਂ
ਹੋ ਸਕਦੈ ਮੇਰੀ ਅਮੜੀ ਬਣ ਕੇ
ਉਹ ਮੈਨੂੰ ਮਿਲਣੇ ਆਈ
ਜਾਂ ਫਿਰ ਮੇਰੇ ਵੀਰਨ ਦੇ ਘਰ
ਦਾਤਾਂ ਵੰਡਣ ਆਈ
ਜਦ ਵੀ ਮਿਲੇ
ਉਹ ਵਰੇ ਛਿਮਾਹੀਂ
ਮੈਂ ਧਾ ਗੱਲ ਵਕੜੀ ਪਾਈ
ਆਪਣੇ ਅਕਸ ਨੂੰ
ਗਲੇ ਲਗਾਉਣਾ
ਇਹ ਰਹਿਮਤ
ਮੇਰੇ ਹਿੱਸੇ ਆਈ

ਕਮਾਈ

ਜਾ ਬੰਦਿਆ ਤੂੰ ਕੀ ਕਮਾਇਆ
ਤੇ ਕਾਹਦੀ ਤੇਰੀ ਕਮਾਈ
ਧਨ ਦੌਲਤ ਨਾਲ ਝੋਲੀ ਭਰਕੇ
ਉੱਛਲੇ ਚਾਈਂ ਚਾਈਂ
ਆਪਣਿਆਂ ਨਾਲ ਦਗਾ ਕਮਾਕੇ
ਮੂੰਹ ਤੇ ਛਾਈ ਲਾਲੀ
ਮਣ੍ਹਾ ਮੂੰਹੀ ਵੀ ਧਨ ਕਮਾਕੇ
ਤੇਰੀ ਝੋਲੀ ਖਾਲੀ
ਜਾਣ ਵੇਲਾ ਤੇਰੇ ਚਿਤ ਨਾ ਚੇਤੇ
ਘੁੱਟ ਘੁੱਟ ਗੰਢਾਂ ਬੰਨੇ
ਸੋਨੇ ਚਾਂਦੀ ਦੀ ਚਮਕ ਨੇ ਇੱਥੇ
ਸਾਰੇ ਕਰਤੇ ਅੰਨ੍ਹੇ
ਰੋਜ਼ ਜਾਵੇਂ ਤੂੰ ਮੰਦਿਰ ਮਸੀਤੀਂ
ਰੋਜ਼ ਕਰੇਂ ਅਰਦਾਸਾਂ
ਫਿਰ ਵੀ ਤੇਰੀ ਤਮਾਂ ਨਾ ਮੁੱਕੇ
ਰੋਜ਼ ਹੀ ਨਵੀਆਂ ਆਸਾਂ
ਸ਼ੁਭ ਕਮ ਆਰੰਭਣ ਲੱਗਿਆਂ
ਗੁਰੂ ਪੀਰ ਨੂੰ ਧਿਆਵੇਂ
ਮਾੜੇ ਕੰਮੀਂ ਜਦ ਵੀ ਪੈਂਦਾ
ਸਭ ਕੁਝ ਵਿਸਰ ਜਾਵੇਂ
ਸਾਹਾਂ ਦਾ ਭਾਰ ਚੁੱਕੀ ਫਿਰਦੈਂ

ਇੱਕ ਦਿਨ ਹੋਜੂ ਹੌਲਾ
ਚੱਕ ਲੋ ਚੱਕ ਲੋ ਹੋ ਜੂਗੀ
ਤੇ ਮੁੱਕ ਜਾਊ ਸਾਰਾ ਰੌਲਾ

ਦਰਦ

ਓਹਦੇ ਦਰਦ ਦਾ ਆਲਮ
ਕੁਝ ਇੰਨਾ ਗਹਿਰਾ ਗਿਆ
ਕਿ ਉਸਦੇ ਦਿਲ ਦਾ ਅੰਧੇਰਾ
ਉੱਠ ਕੇ ਮੇਰੇ ਦਿਲ ਤੇ ਛਾ ਗਿਆ
ਹੱਸਦੇ ਹੱਸਦੇ ਉਹ ਦਾਸਤਾਨ ਸੁਣਾਉਂਦਾ ਗਿਆ
ਸੁਣ ਦੇ ਸੁਣ ਦੇ ਰੋਣਾ ਮੈਨੂੰ ਆ ਗਿਆ
ਓਹਦੇ ਤੇ ਮੇਰੇ ਜ਼ਖਮ ਇੱਕੋ ਜਿਹੇ ਸੀ
ਮੇਰੇ ਵੀ ਵੇਖੇ ਨਹੀਂ
ਆਪਣੇ ਵੀ ਛੁਪਾ ਗਿਆ
ਜਾਂਦੇ ਜਾਂਦੇ ਓਹਨੇ ਜੋ ਆਹ ਭਰੀ
ਲੱਗਿਆ ਕਿ ਸਾਰੀ ਕਾਇਨਾਤ ਹਿਲਾ ਗਿਆ

ਕੱਲ

ਕੱਲ ਤਾਂ ਗੁਜ਼ਰ ਗਿਆ
ਤੇ ਕੱਲ ਅੱਜੇ ਆਉਣਾ ਹੈ
ਪਲ ਦਾ ਭਰੋਸਾ ਨਹੀਂ
ਐਸੇ ਪਲ ਜਿਓਣਾ ਹੈ
ਵਕ਼ਤ ਦਾ ਪਤਾ ਨਹੀਂ
ਕਦੋਂ ਵਖ਼ਤ ਪਾ ਦੇਵੇ
ਕੌਣ ਮੂੰਹ ਮੋੜ ਲਵੇ
ਤੇ ਕੌਣ ਵਕ਼ਤ ਟਪਾ ਦੇਵੇ
ਸਮੇਂ ਦਾ ਇਤਬਾਰ ਕੀ
ਸਮਾਂ ਕਦੋ ਬਦਲ ਜੇ
ਹਾਸਿਆਂ ਦਾ ਦੌਰ ਕਦੋਂ
ਗਮਾਂ ਵਿਚ ਢਲ ਜੇ
ਸਮਾਂ ਬੜਾ ਬਲਵਾਨ ਹੈ
ਇਹਦੇ ਅੱਗੇ ਨਾ ਚਲਦਾ ਜ਼ੋਰ ਏ
ਕੱਲ ਸਮਾਂ ਹੋਰ ਸੀ
ਅੱਜ ਸਮਾਂ ਹੋਰ ਏ
ਮੁੱਕ ਚਲੇ ਸਾਹ
ਮੁੱਕਿਆ ਨਾ ਤਾਣਾ ਬਾਣਾ ਬਈ
ਬੰਨ ਲਿਆ ਸਮਾਨ
ਜਿਹੜਾ ਨਾਲ ਸਾਡੇ ਜਾਣਾ ਨਹੀਂ

ਛੱਡ ਗਏ

ਕੁਝ ਛੱਡ ਦਿੱਤੇ
ਕੁਝ ਛੱਡ ਗਏ
ਕੁਝ ਮਿਲ ਗਏ
ਕੁਝ ਹੋ ਅੱਡ ਗਏ
ਕੁਝ ਮਰੇ ਮੋਏ
ਅੱਜ ਤਕ ਯਾਦ ਰਹੇ
ਕੁਝ ਜਿਓਂਦੇ ਜੀ ਹੀ ਸਰਕ ਗਏ
ਕੁਝ ਦਾਮਨ ਛੁਡਾ ਕੇ ਚਲੇ ਗਏ
ਕੁਝ ਅੱਖਾਂ ਚੁਰਾ ਕੇ ਚਲੇ ਗਏ
ਕਿੱਸੇ ਨੂੰ ਮਿਲਣ ਦਾ ਸਬੱਬ ਨਹੀਂ ਬਣਿਆ
ਕੁਝ ਘਰ ਬੁਲਾ ਕੇ ਚਲੇ ਗਏ

ਵੀਰ

ਮੰਨਿਆ ਮੈਂ ਤੁਹਾਡੀ ਮਾਂ ਨਹੀਂ
ਪਰ ਇਹ ਨਾ ਸੋਚਣਾ
ਮੇਰੇ ਦਿਲ 'ਚ ਤੁਹਾਡੀ ਥਾਂ ਨਹੀਂ
ਤੁਸੀ ਸਭ ਮੇਰੇ
ਅੰਮੀਂ ਜਾਇਆਂ ਦੇ ਅੰਸ਼ ਹੋ
ਅਸਲ ਵਿਚ
ਤੁਸੀ ਤਾਂ ਮੇਰਾ ਵੰਸ਼ ਹੋ
ਹਰ ਚੇਹਰੇ ਚੋਂ
ਮੈਂ ਆਪਣੇ ਵੀਰਾਂ ਦੇ
ਨਕਸ਼ ਲੱਭਦੀ ਹਾਂ
ਹਰ ਪਰਛਾਵੇਂ ਚੋਂ
ਮੈਂ ਆਪਣੇ ਵੀਰਾਂ ਦਾ
ਅਕਸ ਲੱਭਦੀ ਹਾਂ
ਕਿੱਸੇ ਦੇ ਹਾਸੇ ਵਿਚ
ਮੇਰੀ ਭਾਬੀ ਦਾ ਹਾਸਾ ਹੈ
ਕਿੱਸੇ ਦੇ ਲਹਿਜ਼ੇ ਵਿਚ
ਮੇਰੇ ਵੀਰ ਦਾ ਵਾਸਾ ਹੈ
ਮੈਂ ਉੰਨਾ ਗੁਜ਼ਰ ਗਿਆਂ ਦੀ
ਵਾਟ ਤੱਕਦੀ ਹਾਂ
ਆਪਣੇ ਹਰ ਸੁਖ ਦੁੱਖ 'ਚ
ਉੰਨਾ ਦੀ ਥਾਂ
ਤੁਹਾਡਾ ਸਾਥ ਲੱਭਦੀ ਹਾਂ

ਮੈਂ

ਕਦੀ ਕਦੀ ਬਸ ਦੂਰ ਖਲੋ ਕੇ
ਮੈਂ ਬਸ ਮੈਂ ਨੂੰ ਵੇਖਾਂ
ਕੁਝ ਨਾ ਦਿੱਸੇ ਮੈਂ ਨੂੰ ਮੈਂ ਵਿਚ
ਬਸ ਮੈਂ ਤੈਂ ਨੂੰ ਵੇਖਾਂ
ਜਿਧਰ ਵੇਖਾਂ ਤੂੰ ਹੀ ਦਿੱਸੇ
ਹੋਰ ਨਾ ਸ਼ੈ ਨੂੰ ਵੇਖਾਂ
ਖ਼ਲਕਤ ਦਿੱਸੇ ਮੈਂ ਨੂੰ ਸਾਰੀ
ਹਰ ਇਕ 'ਚ ਤੈਂ ਨੂੰ ਵੇਖਾਂ

ਔਰਤ ਦਾ ਸੰਤਾਪ

ਉਂਜ ਤਾਂ ਅਸੀਂ
ਸਦੀਆਂ ਤੋਂ ਹਨੇਰਾ ਢੋਇਆ ਹੈ
ਪਰ ਅੱਜ ਮਣੀਪੁਰ ਦੇਖ ਕੇ ਦਿਲ ਬਹੁਤ ਰੋਇਆ ਹੈ
ਕਦੀ ਦ੍ਰੋਪਦੀ ਤੇ ਕਦੀ ਸੀਤਾ ਬਣਾ ਕੇ
ਸਾਨੂੰ ਤਾਰ ਤਾਰ ਕੀਤਾ ਗਿਆ
ਇਸ ਯੁਗ ਦੀ ਗੱਲ ਕੀ
ਸਾਨੂੰ ਤਾਂ ਹਰ ਯੁਗ ਸ਼ਰਮਸਾਰ ਕੀਤਾ ਗਿਆ
ਹਰ ਯੁਗ ਵਹਿਸ਼ੀਆਂ ਨੇ
ਸਾਨੂੰ ਢਾਲ ਬਣਾ ਲਿਆ
ਇਨਸਾਨ ਕਦੇ ਨਹੀਂ ਸਮਝਿਆ
ਬੱਸ ਮਾਲ ਬਣਾ ਲਿਆ
ਜੇ ਮੇਰੇ ਵੱਸ ਹੋਵੇ
ਤਾਂ ਮੈਂ ਆਪਣੀ ਕੁੱਖੋਂ
ਅਜਿਹੇ ਮਰਦਾਂ ਨੂੰ
ਜੰਮਣੋਂ ਇਨਕਾਰ ਕਰ ਦੇਵਾਂ
ਜੇ ਰੱਬ ਵੀ ਅਜਿਹਾ ਮਰਦ ਹੋਵੇ
ਤਾਂ ਉਸਦਾ ਤਿਰਸਕਾਰ ਕਰ ਦੇਵਾਂ
ਮੈਨੂੰ ਨਗਨ ਕਰਨ ਵਾਲੀ ਭੀੜ ' ਚ
ਕਾਸ਼ ਕੋਈ ਅਸਲੀ ਮਰਦ ਹੁੰਦਾ
ਜੋ ਆ ਖਲੋਂਦਾ
ਉਸ ਭੀੜ ਦੇ ਸਾਮਣੇ

ਫਿਰ ਭਾਂਵੇਂ ਉਸਦਾ ਅੰਤ ਵੀ
ਦੁਖਦਰਦ ਹੁੰਦਾ
ਜਾਂ ਤਿਰੰਗਾ ਲੈ ਕੇ
ਢੱਕ ਦਿੰਦਾ ਮੈਨੂੰ
ਤਾਂ ਮੇਰਾ ਚੇਹਰਾ
ਨਾ ਜ਼ਰਦ ਹੁੰਦਾ
ਉਹ ਹੈਵਾਨੋਂ
ਉਹ ਜ਼ਾਲਿਮੋਂ
ਉਹ ਹਾਕਿਮੋ
ਮੰਦਿਰਾਂ 'ਚ ਦੇਵੀਆਂ ਨੂੰ
ਚਮਕੀਲੇ ਵਸਤਰ ਪਹਿਨਾਉਂਦੇ ਓ
ਤੇ ਸੜਕਾਂ ਤੇ ਔਰਤਾਂ ਨੂੰ
ਨੰਗੇ ਘੁਮਾਉਂਦੇ ਓ
ਹੈਰਾਨ ਹਾਂ
ਇਹ ਸਭ ਦੇਖਣ ਤੋਂ ਬਾਦ
ਮੇਰੇ ਦੇਸ਼ ਦੇ ਮਰਦ
ਹਰ ਰਾਤ ਸੌਂਦੇ ਕਿਵੇਂ ਨੇ?
ਆਪਣੇ ਹੀ ਘਰ ਦੀਆਂ
ਔਰਤਾਂ ਨਾਲ ਨਜ਼ਰਾਂ ਮਿਲਾਉਂਦੇ ਕਿਵੇਂ ਨੇ?

ਪਾਖੰਡ

ਚੱਲ ਸੱਜਣ, ਆਪਾਂ ਓਥੇ ਚਲੀਏ
ਜਿਥੇ ਹੋਵੇ ਸਭ ਇੱਕੋ ਜਿਕਾ
ਸਾਰੇ ਰੰਗ ਬਰਾਬਰ ਹੋਵਣ
ਨਾ ਕੋਈ ਗੂੜ੍ਹਾ ਨਾ ਕੋਈ ਫਿੱਕਾ
ਚੱਲ ਸੱਜਣ ਆਪਾਂ ਓਥੇ ਚਲੀਏ
ਜਿੱਥੇ ਹੋਣ ਸੋਹਣੇ ਖਿਆਲਾਤ
ਨਾ ਕੋਈ ਆਪਣਾ ਧਰਮ ਹੀ ਪੁਛੇ
ਨਾ ਕੋਈ ਪੁਛੇ ਆਪਣੀ ਜ਼ਾਤ
ਚੱਲ ਸੱਜਣ ਆਪਾਂ ਓਥੇ ਚਲੀਏ
ਜਿਥੇ ਹੋਵੇ ਧਰਤ ਸੁਹਾਣੀ
ਨਿਮੀ ਨਿਮੀ ਹਵਾ ਪਈ ਚਲੇ
ਵਗੇ ਠੰਡਾ ਮਿੱਠਾ ਪਾਣੀ
ਇਹ ਜਹਾਨ ਨਹੀਂ ਰਿਹਾ
ਹੁਣ ਵੱਸਣ ਜੋਗਾ
ਚੱਲ ਸਿਰਜੀਏ
ਨਵਾਂ ਕੋਈ ਬ੍ਰਹਿਮੰਡ
ਕੰਦ ਮੂਲ ਖਾ ਕੇ ਜਿਓਈਏ
ਛੱਡੀਏ ਸਭ ਪਾਖੰਡ

ਪਸੰਦ

ਅੰਦਰੋਂ ਹੋਰ ਤੇ ਬਾਹਰੋਂ ਹੋਰ
ਮੈਨੂੰ ਉਹ ਕਿਰਦਾਰ ਪਸੰਦ ਨਹੀਂ
ਝੂਠੇ ਮੂਠੇ ਲਾਰੇ ਲਾਵੇ
ਮੈਨੂੰ ਉਹ ਦਿਲਦਾਰ ਪਸੰਦ ਨਹੀਂ
ਮਨ ਨੀਵਾਂ ਤੇ ਮੱਤ ਉੱਚੀ ਹੋਵੇ
ਆਕੜ ਤੇ ਹੰਕਾਰ ਪਸੰਦ ਨਹੀਂ
ਧਰਮ ਤੇ ਜ਼ਾਤ ਤੇ ਵੰਡੀਆਂ ਪਾਵੇ
ਐਸਾ ਮੈਨੂੰ ਸੰਸਾਰ ਪਸੰਦ ਨਹੀਂ
ਦਸਾਂ ਨੌਹਾਂ ਦੀ ਕਿਰਤ ਪਸੰਦ ਹੈ
ਮੁਫ਼ਤਖੋਰੇਆਂ ਦੀ ਕਤਾਰ ਪਸੰਦ ਨਹੀਂ
ਨਾ ਨਾਮ ਜਪੇ ਨਾ ਵੰਡ ਕੇ ਖਾਏ
ਐਸਾ ਕੋਈ ਸਰਦਾਰ ਪਸੰਦ ਨਹੀਂ
ਹਰ ਮੁਸ਼ਕਿਲ ਨੂੰ ਲੜ ਕੇ ਜਿੱਤਾਂ
ਸੌਖੀ ਮੰਨੀ ਹਾਰ ਪਸੰਦ ਨਹੀਂ

ਪਰਛਾਵਾਂ

ਇੱਕ ਪਰਛਾਵਾਂ ਮੇਰੇ ਨਾਲ ਸੀ ਤੁਰਦਾ
ਇੱਕ ਖਲੋ ਕੇ ਮੈਨੂੰ ਤੱਕੇ
ਕਿੱਥੇ ਹੁਣ ਅਲੋਪ ਉਹ ਹੋ ਗਏ
ਉਹ ਜੋ ਸੀ ਸਾਰੇ ਮੇਰੇ ਸੱਕੇ
ਧੁੰਦਲੇ ਚੇਹਰੇ ਧੁੰਦਲੀਆਂ ਯਾਦਾਂ
ਖਿੰਡ ਗਈਆਂ ਚਾਰੇ ਪਾਸੇ
ਹੌਲੀ ਹੌਲੀ ਗਾਇਬ ਹੋ ਗਏ
ਸਭ ਦੇ ਰੋਣੇ ਸਭ ਦੇ ਹਾਸੇ
ਬਿਰਖ ਉਦਾਸ ਤੇ ਉਦਾਸ ਏ ਜੰਗਲ
ਹੁਣ ਕੋਈ ਨਾ ਦੇਵੇ ਦਸਤਕ
ਸੁੰਨੀਆਂ ਰਾਵਾਂ ਤੇ ਗਰਮ ਹਵਾਵਾਂ
ਇਸ ਹੱਦ ਤੋਂ ਉਸ ਹੱਦ ਤਕ
ਗੂੜ੍ਹੇ ਪਿਆਰ ਤੇ ਗੂੜ੍ਹੇ ਸੰਬੰਧ
ਯਾਦਾਂ ਵਿਚੋਂ ਕਿਰ ਚੱਲੇ
ਪੈਸਾ ਧੇਲਾ ਤੇ ਦੀਨ ਧਰਮ
ਹੁਣ ਕੁਝ ਨਾ ਮੇਰੇ ਪੱਲੇ

ਧੀ ਦਾ ਵਿਆਹ

ਇਹ ਕਵਿਤਾ ਨਹੀਂ
ਇਹ ਇਕ ਕਹਾਣੀ ਹੈ
ਜੋ ਮੈਂ ਸਭ ਨੂੰ ਸੁਨਾਣੀ ਹੈ
ਜਦੋਂ ਮੈਂ ਜੰਮੀ
ਤਾਂ ਮੇਰੀ ਰੂਹ ਦਾ
ਮੇਰੇ ਜਿਸਮ ਦਾ
ਮੇਰੇ ਦਿਲ ਦਾ
ਇੱਕ ਹਿੱਸਾ
ਰੱਬ ਨੇ ਆਪਣੇ ਕੋਲ
ਜਮਾ ਕਰ ਲਿਆ
ਤੇ ਮੇਰੇ ਨਾਲ ਵਾਦਾ ਕੀਤਾ
ਕਿ ਇਹ ਹਿੱਸਾ
ਮੈਨੂੰ ਓਦੋਂ ਮਿਲੇਗਾ
ਜਦੋਂ ਮੈਂ ਇਸਦੇ ਕਾਬਿਲ ਹੋ ਜਾਵਾਂ
ਜਦੋਂ ਮੇਰੇ ਲਹਿਜ਼ੇ 'ਚ ਨਰਮੀ
ਮੇਰੇ ਦਿਲ ' ਚ ਮੁਹੱਬਤ
ਤੇ ਮੇਰੀ ਸ਼ਖ਼ਸੀਅਤ' ਚ
ਸਬਰ ਸੰਤੋਖ ਆ ਜਾਵੇ
ਫਿਰ ਪੱਚੀ ਸਾਲ ਬਾਦ
ਮੇਰੀ ਰੂਹ ਦਾ ਓ ਹਿੱਸਾ
ਵਰਦਾਨ ਬਣ ਕੇ

ਮੈਨੂੰ ਧੀ ਦੇ ਰੂਪ' ਚ ਮਿਲਿਆ
ਜਦੋਂ ਮੇਰੇ ਰਾਹਾਂ ਵਿਚ ਕੰਡੇ ਆਏ
ਤਾਂ ਉਹ ਮੇਰੇ ਲਈ ਗੁਲਾਬ ਬਣ ਗਈ
ਜਦੋਂ ਜ਼ਿੰਦਗੀ' ਚ ਤਲਖ਼ੀਆਂ ਆਈਆਂ
ਤਾਂ ਉਹ ਸੁਹਾਣਾ ਖ਼ੁਆਬ ਬਣ ਗਈ
ਜਦੋਂ ਬੁਹੁਤ ਸਾਰੇ ਸਵਾਲਾਂ' ਚ ਘਿਰੀ
ਤਾਂ ਉਹ ਹਰ ਸਵਾਲ ਦਾ ਜਵਾਬ ਬਣ ਗਈ
ਜੋ ਮਾਂ ਆਪਣੇ ਧੀ ਦੇ ਬਚਪਨ ' ਚ
ਓਹਦੀਆਂ ਖ਼ੁਆਇਸ਼ਾਂ ਲਈ
ਆਪਣੇ ਹੀ ਪਰਿਵਾਰ ਨਾਲ
ਲੜ ਜਾਂਦੀ ਹੈ
ਓਹੀ ਧੀ ਜਵਾਨ ਹੋਕੇ
ਆਪਣੀ ਮਾਂ ਲਈ
ਸਾਰੀ ਦੁਨੀਆਂ ਨਾਲ ਲੜ ਜਾਂਦੀ ਹੈ
ਨਤਾਸ਼ਾ ਹੁਣ ਘਰ ਬਦਲੇ ਨੇ
ਦਰੋ ਦੀਵਾਰ ਬਦਲੇ ਨੇ
ਨਾ ਰਿਸ਼ਤੇ ਬਦਲੇ, ਨਾ ਅਹਿਸਾਸ
ਤੇ ਨਾ ਜਜ਼ਬਾਤ ਬਦਲੇ ਨੇ
ਹੁਣ ਤੂੰ ਇੱਕ ਨਹੀਂ ਦੋ ਘਰਾਂ ਦੀ ਸ਼ਾਨ ਏ
ਸਾਡਾ ਗੁਰੂਰ ਤੇ ਸਾਡੀ ਜਿੰਦ ਜਾਨ ਏ
ਸਾਡੀਆਂ ਲੱਖ ਖੁਸ਼ੀਆਂ ਤੇਰੇ ਤੇ ਕੁਰਬਾਨ ਏ

ਉਦਾਸੀ

ਏ ਕੇਹੀ ਉਦਾਸੀ ਹੈ ਦੋਸਤਾ
ਹੈ ਇਹ ਕੇਹਾ ਖਲਾਅ
ਉਠਿਆ ਜੋ ਤੇਰੇ ਦਿਲ ਚੋਂ
ਗਿਆ ਅੱਖ ਮੇਰੀ 'ਚ ਆ
ਪੀੜ੍ਹਾਂ ਤੇ ਦਰਦਾਂ ਨੂੰ
ਹੰਝੂਆਂ ਦੀ ਪਿਆਸ ਨਹੀਂ
ਜ਼ਾਹਿਰ ਹੈ ਦਰਦੇ-ਗ਼ਮ
ਜਦ ਵੀ ਲਵਾਂ ਮੈਂ ਸਾਹ
ਸੋਚਾਂ ਤੇ ਪਹਿਰੇ ਨੇ
ਬੁੱਲਾਂ ਤੇ ਜੰਦਰੇ ਨੇ
ਉਮਰਾਂ ਦੀ ਖਾਮੋਸ਼ੀ
ਬਣ ਗਈ ਏ ਇਕ ਗੁਨਾਹ
ਕੰਡਿਆਂ ਦੀਆਂ ਚੋਭਾਂ ਤੋਂ
ਸੂਲਾਂ ਦੀਆਂ ਸੇਜਾਂ ਤੋਂ
ਅੱਜ ਮਾਰ ਕੇ ਹੰਭਲਾ ਨੀ
ਪੱਲਾ ਲਵੀਂ ਛੁਡਾ
ਗੈਰਾਂ ਨੂੰ ਦੋਸ਼ ਕੀ
ਕੀ ਸ਼ਿਕਵਾ ਕਿੱਸੇ ਤੇ ਹੋਰ
ਆਪਣਿਆਂ ਦੇ ਸਿਤਮ ਤੋਂ
ਤੂੰ ਖੁਦ ਨੂੰ ਲਵੀਂ ਬਚਾ

ਸਫਰ

ਦੁਨੀਆਂ ਕੀ ਕਹਿੰਦੀ ਏ
ਕਿਸਨੂੰ ਹੈ ਇਸਦੀ ਫਿਕਰ
ਬੱਸ ਬਣੀ ਰਹੇ ਦੋਸਤਾ
ਤੇਰੀ ਮੇਹਰ ਦੀ ਨਜ਼ਰ
ਮੈਂ ਕਿੱਥੇ ਤੇ ਮੇਰਾ ਵਜੂਦ ਕਿੱਥੇ
ਤੇਰੇ ਕੋਲ ਬੈਠ ਕੇ
ਕਿਸਨੂੰ ਰਹਿੰਦੀ ਹੈ ਖ਼ਬਰ
ਮੁੱਖ ਜੇ ਤੂੰ ਮੋੜਿਆ
ਤਾਂ ਸਮਝੀ ਮੇਰਾ ਅੰਤ ਹੈ
ਉਂਝ ਤਾਂ ਮੈਂ ਸਹਿ ਲਵਾਂਗੀ
ਦੁਨੀਆਂ ਦਾ ਹਰ ਇਕ ਜ਼ਬਰ
ਆਗਾਜ਼ ਤੋਂ ਅੰਜਾਮ ਤਕ
ਬੱਸ ਤੇਰੀ ਹੀ ਹੈ ਦਾਸਤਾਂ
ਦੂਜੇ ਕਿਸੇ ਨੇ ਦਿਲ ਨੂੰ
ਟੁੰਬਿਆ ਨਾ ਇਸ ਕਦਰ
ਜਿਸਨੂੰ ਆਪਣਾ ਕਹਿ ਸਕਾਂ
ਇਕ ਦਿਲ ਹੀ ਤਾਂ ਸੀ, ਓਹਨੂੰ ਵੀ ਮੈਂ ਦੋਸਤਾ
ਕਰ ਦਿੱਤਾ ਤੇਰੀ ਨਜ਼ਰ
ਇੱਕੋ ਤਮੰਨਾ ਆਖਰੀ
ਬੱਸ ਹੋ ਜਾਇ ਪੂਰੀ ਮੇਰੀ
ਤੇਰੀ ਹੀ ਬੁੱਕਲ 'ਚ ਮੁੱਕੇ
ਜ਼ਿੰਦਗੀ ਦਾ ਇਹ ਸਫਰ

ਮਾਏ ਨੀ

ਮਾਏ ਨੀ
ਅਸੀਂ ਧੁਰ ਦਰਗਾਹੋਂ
ਇਹ ਕੇਹੇ ਲੇਖ ਲਿਖਵਾਏ
ਸਾਥੋਂ ਵੱਖਰੇ ਤੁਰਨਾ ਚਾਹਵਣ
ਸਾਡੇ ਹੀ ਅੱਜ ਸਾਏ
ਮਾਏ ਨੀ
ਅਸੀਂ ਪੀੜ ਦਾ ਬੋਝਾ
ਤੇਰੇ ਘਰ ਵੀ ਚਾਇਆ
ਆਪਣੇ ਘਰ ਵੀ
ਪੀੜ ਦਾ ਬੋਝਾ
ਕਿਸੇ ਨਾ ਸਿਰੋਂ ਲੁਹਾਇਆ
ਮਾਏ ਨੀ
ਇਹ ਕਿਹਾ ਬਿਰਹਾ
ਜੋ ਅਸੀਂ ਵਿਰਸੇ 'ਚ ਪਾਇਆ
ਬਾਹਵਾਂ ਕੋਲੇ
ਸਾਹਵਾਂ ਕੋਲੇ
ਫਿਰ ਵੀ ਯਕੀਨ ਨਾ ਆਇਆ
ਮਾਏ ਨੀ
ਮੇਰੇ ਜਨਮ ਦੇ ਵੇਲੇ
ਦੱਸ ਤੂੰ ਕਿਓਂ ਹੰਝੂ ਬੋਏ
ਰਿਸ਼ਤਿਆਂ ਦੇ ਇਸ ਦੌਰ ਦੇ ਅੰਦਰ

ਸਭ ਬੇਗਾਨੇ ਹੋਏ
ਮਾਏ ਨੀ
ਮੇਰੇ ਸਾਹਵਾਂ ਅੰਦਰ
ਉਸਦੀ ਮਿਲੀ ਖੁਸ਼ਬੋਈ
ਫਿਰ ਵੀ ਉਸਦੇ ਬੁੱਲਾਂ ਉੱਤੇ
ਮੈਂ ਨਾ ਖੁਸ਼ੀ ਪਰੋਈ
ਮਾਏ ਨੀ
ਅੱਜ ਤੱਕ ਜਾ ਆ ਕੇ
ਤੂੰ ਲੁਕ ਗਈ ਕਿਹੜੇ ਪਾਸੇ
ਸਭ ਚੀਜ਼ਾਂ ਤੂੰ ਲੱਭ ਮੈਂ ਦਿੰਦੀ
ਅੱਜ ਲੱਭ ਦੇ ਮੇਰੇ ਹਾਸੇ

ਵਿਦਾਈ

ਮਾਂ ਮਰੀ
ਤਾਂ ਬਚਪਨ ਚਲਾ ਗਿਆ
ਬਾਪੂ ਗਿਆ
ਤਾਂ ਲੜਕਪਨ ਚਲਾ ਗਿਆ
ਭਰਾ ਗਿਆ
ਤਾਂ ਨਾਲ ਰੱਖੜੀ ਚਲੀ ਗਈ
ਭੈਣ ਗਈ
ਤਾਂ ਨਾਲ ਮਸਤੀ ਚਲੀ ਗਈ
ਪਤੀ ਗਿਆ
ਤਾਂ ਕਦਰ ਚਲੀ ਗਈ
ਪਤਨੀ ਗਈ
ਤਾਂ ਘਰ ਚਲਾ ਗਿਆ
ਬੱਚੇ ਗਏ
ਤਾਂ ਜ਼ਿੰਦਗੀ ਚਲੀ ਗਈ
ਰਿਸ਼ਤੇਦਾਰ ਗਏ
ਤਾਂ ਆਉਣ ਜਾਣ ਚਲਾ ਗਿਆ
ਫੇਰ ਵੀ
ਤੁਸੀ ਕਹਿੰਦੇ ਹੋ
ਬੱਸ ਇਕ ਇਨਸਾਨ ਚਲਾ ਗਿਆ

ਮੇਰੀ ਚੁੱਪ

ਜੇ ਮੈਂ ਓਦੋਂ ਚੁੱਪ ਰਹੀ
ਤਾਂ ਇਸ ਲਈ ਨਹੀਂ
ਕਿ ਮੇਰੇ ਕੋਲ ਬੋਲਣ ਜੋਗਾ ਕੁਝ ਨਹੀਂ ਸੀ
ਬਲਕਿ ਇਸ ਲਈ
ਕਿ ਮਾਂ ਨੇ ਸਿਖਿਆ ਦਿੱਤੀ ਸੀ
ਚੁੱਪ ਹੋ ਜਾ , ਮਿੱਟੀ ਹੋ ਜਾ
ਮਰਦ ਨਾਲ ਮੁਕਾਬਲਾ ਕਰਨਾ
ਮੂਰਖਤਾ ਹੁੰਦੀ ਏ
ਘਰ, ਜਾਇਦਾਦ, ਔਲਾਦ
ਸਭ ਮਰਦ ਦਾ
ਤੂੰ ਸਿਰਫ ਮਮਤਾ ਦੀ ਮੂਰਤ
ਨਾ ਕੋਈ ਸਵਾਲ
ਨਾ ਕੋਈ ਜਵਾਬ
ਸਜਨਾ, ਸੰਵਰਨਾ, ਸਿਰਫ ਮਰਦ ਲਈ
ਤਾਂਕਿ ਤੂੰ ਲੱਗੇ ਖੂਬਸੂਰਤ
ਅੱਜ ਮੈਂ ਇਸਲਈ ਬੋਲੀ
ਕਿਓਂਕਿ ਧੀ ਨੇ ਸਿਖਿਆ ਦਿੱਤੀ
ਉੱਠ ਖੜ੍ਹੀ ਹੋ ਜਾ, ਜਾਗ ਜਾ
ਆਪਣੇ ਹਕ਼ ਦੀ ਲੜਾਈ ਲੜ
ਜੇ ਇਕ ਰਾਹ ਬੰਦ ਹੋ ਜਾਵੇ
ਤਾਂ ਕੋਈ ਹੋਰ ਰਾਹ ਫੜ੍ਹ

ਆਪਣੇ ਲਈ ਜੀ
ਆਪਣੇ ਲਈ ਮਰ
ਆਪਣੀ ਖੁਸ਼ੀ
ਖੁਦ ਤਲਾਸ਼ ਕਰ
ਖੁਲ ਕੇ ਬੋਲ
ਖੁਲ ਕੇ ਹੱਸ
ਜ਼ਮਾਨਾ ਬਦਲ ਗਿਆ
ਤੂੰ ਵੀ ਬਦਲ
ਮਰਦ ਜਿੱਥੇ ਖਲੋਤਾ ਹੈ
ਖਲੋਤਾ ਰਹਿਣ ਦੇ
ਪਰ ਤੂੰ ਤੁਰਦੀ ਜਾ
ਕਿਉਂਕਿ ਹਾਲੇ ਵੀ
ਮੰਜਿਲ ਬੁਹੁਤ ਦੂਰ ਹੈ

ਸ਼ਬਦ ਅਰਥ

ਉਹ ਸ਼ਬਦ
ਜਿੰਨਾ ਦੇ ਅਰਥ ਹੁੰਦੇ ਸੀ
ਹੁਣ ਸਭ ਬੇਅਰਥ ਹੋ ਗਏ
ਉਹ ਰਿਸ਼ਤੇ
ਜੋ ਕਦੀ ਸਮਰੱਥ ਹੁੰਦੇ ਸੀ
ਹੁਣ ਸਭ ਆਕਰਥ ਹੋ ਗਏ
ਉਹ ਜੋ ਭੱਜ ਭੱਜ ਕੇ ਮਿਲਦੇ ਸੀ
ਬਿਨ ਬੁਲਾਇਆਂ ਵੀ
ਹੁਣ ਬੁਲਾਵਾ ਭੇਜਣ ਤੇ ਵੀ
ਆਉਣ ਤੋਂ ਅਸਮਰਥ ਹੋ ਗਏ
ਜ਼ਿੰਦਗੀ ਪਲਟੀ ਏ
ਜਾਂ ਯੁਗ ਪਲਟਿਆ ਏ
ਕੁਝ ਸ਼ਬਦਾਂ ਦੇ ਅਰਥ ਨਹੀਂ ਰਹੇ
ਤੇ ਕੁਝ ਅਰਥਾਂ ਦੇ ਸ਼ਬਦ ਹੋ ਗਏ

ਕੌਣ

ਨਾ ਨਾ ਨਾ
ਇਹ ਮੈਂ ਨਹੀਂ ਲਿਖਦੀ
ਮੈਥੋਂ ਲਿਖਵਾਉਂਦਾ ਹੈ ਕੋਈ ਹੋਰ
ਹੱਥ ਕਲਮ ਫੜਾ ਕੇ ਬਿਠਾ ਦਿੰਦਾ
ਮੇਰਾ ਚਲਦਾ ਨਾ ਕੋਈ ਜ਼ੋਰ
ਅੱਧੀ ਰਾਤ ਉਠਾ ਕੇ ਕਹਿੰਦਾ - ਲਿਖ!
ਮੈਥੋਂ ਪੁੱਛਣ ਦੀ ਵੀ ਨਹੀਂ ਲੋੜ
ਕੀ ਲਿਖਾਂ ਤੇ ਕੀਹਦੇ ਉੱਤੇ ਲਿਖਾਂ
ਆਪੇ ਹੀ ਵਿਸ਼ੇ ਦੀ ਕਰਦੈ ਚੋਣ
ਅੱਖਰਾਂ ਨਾਲ ਅੱਖਰ ਜੋੜ ਦਿੰਦੈ
ਜਿਵੇਂ ਕੀੜੀਆਂ ਦੀ ਤੁਰੀ ਜਾਵੇ ਭੌਣ
ਬੱਸ ਸ਼ਬਦਾਂ ਅਰਥਾਂ ਵਿਚਾਲੇ ਰਹਾਂ ਘਿਰੀ
ਹੈਰਾਨ ਹਾਂ, ਆਖਿਰ ਉਹ ਹੈ ਕੌਣ ?

ਭੇੜੀਆ

ਜੰਗਲ ਵਿਚ ਇੱਕ ਸਿੰਗ ਵਾਲਾ
ਇੱਕ ਭੇੜੀਆ ਅਵਾਰਾ ਘੁੰਮਦਾ ਹੈ
ਹਮਲਾ ਕਰਦਾ ਹੈ, ਤੇ ਫਿਰ
ਭੇੜੀਆਂ ਦੇ ਝੁੰਡ ਵਿਚ
ਅਲੋਪ ਹੋ ਜਾਂਦਾ ਹੈ
ਇੱਕ ਸਿੰਗ ਵਾਲਾ ਭੇੜੀਆ
ਅਣਪਛਾਤਾ ਹੈ
ਇਕ ਸਿੰਗ ਵਾਲਾ ਭੇੜੀਆ
ਆਪਣਾ ਸਿੰਗ ਵੀ
ਲੁਕੋ ਕੇ ਰੱਖਦਾ ਹੈ
ਸਿਰਫ ਹਮਲੇ ਦੇ ਵਕਤ ਹੀ
ਉਸਦਾ ਸਿੰਗ ਨਜ਼ਰ ਆਉਂਦਾ ਹੈ
ਹਮਲੇ ਤੋਂ ਬਾਦ
ਉਹ ਆਪਣਾ ਸਿੰਗ ਛੁਪਾ ਕੇ
ਬਾਕੀ ਭੇੜ੍ਹੀਆਂ 'ਚ ਜਾ ਮਿਲਦਾ ਹੈ
ਇੱਕ ਸਿੰਗ ਵਾਲਾ ਭੇੜੀਆ
ਸਿਰਫ ਹਿਰਨੀਆਂ ਦਾ ਸ਼ਿਕਾਰ ਕਰਦਾ ਹੈ
ਹਿਰਨੀ ਛੋਟੀ ਹੋਵੇ ਜਾਂ ਵੱਡੀ
ਫਰਕ ਨਹੀਂ ਕਰਦਾ
ਭੇੜੀਏ ਦਾ ਸਿੰਗ ਬੁਹੁਤ ਜ਼ਹਿਰੀਲਾ ਹੈ
ਆਪਣੇ ਸਿੰਗ ਦਾ ਜ਼ਹਿਰ
ਉਹ ਹਿਰਨੀ ਦੇ ਜਿਸਮ 'ਚ ਪਾ ਕੇ

ਫਿਰ ਗਾਇਬ ਹੋ ਜਾਂਦਾ ਹੈ
ਕੁਝ ਹਿਰਨੀਆਂ
ਉੱਸੇ ਵੇਲੇ ਮਰ ਜਾਂਦੀਆਂ ਹਨ
ਤੇ ਕੁਝ 'ਕ ਜ਼ਿੰਦਗੀ ਭਰ
ਤੜ੍ਹਫ ਤੜ੍ਹਫ ਕੇ ਮਰਦੀਆਂ ਹਨ
ਇਕ ਸਿੰਗ ਵਾਲਾ ਭੇੜੀਆ
ਆਜ਼ਾਦ ਘੁੰਮਦਾ ਹੈ
ਉਸਦੀ ਆਜ਼ਾਦੀ ਵੇਖ ਕੇ
ਹੁਣ ਕੁਝ ਹੋਰ ਭੇੜੀਆਂ ਦੇ ਵੀ
ਸਿੰਗ ਉੱਗਣੇ ਸ਼ੁਰੂ ਹੋ ਗਏ ਨੇ
ਭੇੜੀਏ ਬੇਖੌਫ ਨੇ
ਤੇ ਹਿਰਨੀਆਂ ਬੁਹੁਤ ਸਹਿਮੀਆਂ ਹੋਈਆਂ ਨੇ
ਜੰਗਲ ਦਾ ਰਾਜਾ ਸ਼ੇਰ ਵੀ ਬੇਬਸ ਹੈ
ਸ਼ੇਰ ਤੇ ਭੇੜੀਆ
ਦੋਨੋ ਹਮਜ਼ਾਤ ਨੇ
ਭੇੜੀਏ ਨਾ ਪਛਾਣਾ' ਚ ਆਉਂਦੇ ਨੇ
ਤੇ ਨਾ ਹੀ ਪਕੜ 'ਚ
ਹਿੰਮਤ ਕਰਕੇ ਕੁਝ ਹਿਰਨੀਆਂ
ਬਗਾਵਤ ਤੇ ਉਤਰ ਆਈਆਂ ਨੇ
ਉਂਨਾ ਦੀ ਸਿਰਫ ਇੱਕ ਹੀ ਮੰਗ ਹੈ
ਭੇੜੀਏ ਨੂੰ ਬੇਸ਼ੱਕ ਮੌਤ ਦੀ ਸਜ਼ਾ ਨਾ ਮਿਲੇ
ਪਰ ਭੇੜੀਏ ਦਾ ਜ਼ਹਿਰੀਲਾ ਸਿੰਗ
ਸਾਰੇ ਜੰਗਲ ਦੇ ਸਾਮਣੇ
ਵੱਡ ਦਿੱਤਾ ਜਾਵੇ
ਹਮੇਸ਼ਾ ਲਈ

ਹਾਸਿਆਂ ਦਾ ਭਾਰ

ਇਹਨੂੰ ਜ਼ਿੰਦਗੀ ਨਾ ਕਹੀਂ ਫਿਰ ਮੇਰੇ ਦੋਸਤਾ
ਇਹ ਤਾਂ ਤਕਾਜ਼ਾ ਏ ਬੱਸ ਇੱਕ ਜਿਉਂਣ ਦਾ
ਮੇਰੇ ਵਾਅਦਿਆਂ ਤੇ ਸ਼ਿਕਵਾ ਸੱਚ ਏ ਤੇਰਾ
ਪਰ ਪੁੱਛ ਲਈਂ ਕਾਰਣ ਮੇਰੇ ਬੇਵਫ਼ਾ ਹੋਣ ਦਾ
ਮੈਨੂੰ ਵਕ਼ਤ ਹੈ ਸਾਰਾ ਤੇਰੇ ਗ਼ਮ ਸਹਿਣ ਦਾ
ਬੱਸ ਵਕ਼ਤ ਨਹੀਂ ਮਿਲਿਆ ਕਦੇ ਗ਼ਮ ਰੋਣ ਦਾ
ਮੈਂ ਜ਼ਿੰਦਗੀ ਨੂੰ ਹੱਸ ਕੇ ਅਲਵਿਦਾ ਕਹਿ ਵੀ ਦੇਵਾਂ
ਪਰ ਕੀ ਯਕੀਨ ਏ ਮੌਤ ਦੇ ਨਾ ਖੋਹਣ ਦਾ
ਆਪਣੇ ਆਪੇ ਦੀ ਭਾਲ ਵਿਚ
ਮੇਰਾ ਹਰ ਪਲ ਗਵਾਚਿਆ
ਗ਼ਮ ਕੀ ਹੋਣਾ ਏ ਸਿਰਫ ਇੱਕ ਦਿਲ ਗੁਵਾਉਣ ਦਾ
ਇਸ਼ਾਰਾ ਤੇਰੀ ਅੱਖ ਦਾ
ਮੈਂ ਸਮਝਿਆ ਏ ਦੇਰ ਤੋਂ
ਬੱਸ ਪਤਾ ਨਹੀਂ ਦਿੱਤਾ ਮੈਂ ਤੈਨੂੰ
ਆਪਣੀ ਮੌਤ ਦੇ ਹੋਣ ਦਾ
ਇਹ ਹਾਸਿਆਂ ਦੇ ਭਾਰ ਤੋਂ
ਮੈਨੂੰ ਬਚਾਓ ਦੋਸਤੋਂ
ਵੱਲ ਸਿਖਾਓ ਮੈਨੂੰ ਵੀ
ਰਾਤ ਦਿਨ ਬਿਤਾਉਣ ਦਾ
ਜਾਓ ਇਸ਼ਕਾਂ ਵਾਲਿਓ
ਮੈਂ ਇਸ਼ਕ ਤੋਂ ਮੁਨਕਰ ਨਹੀਂ
ਪਰ ਢੂੰਡਦੀ ਹਾਂ ਅਜੇ ਮੈਂ
ਕੋਈ ਹੋਰ ਬਹਾਨਾ ਜਿਉਂਣ ਦਾ

ਨਵਾਂ ਵਰ੍ਹਾ

ਨਵਾਂ ਵਰ੍ਹਾ ਅੱਜ ਈਕਣ ਚੜ੍ਹਿਆ
ਜਿਓਂ ਮੱਸਿਆ ਦੀ ਰਾਤ
ਦਿਨ ਮਹੀਨੇ ਸਭ ਪੁਰਾਣੇ
ਕੋਈ ਨਵੀਂ ਨਾ ਬਾਤ
ਨਵਾਂ ਵਰ੍ਹਾ ਅੱਜ ਈਕਣ ਚੜ੍ਹਿਆ
ਜਿਓਂ ਸਰਘੀ ਦਾ ਤਾਰਾ
ਨਾ ਮੈਂ ਰੋਈ ਨਾ ਮੈਂ ਹੱਸੀ
ਵਕ਼ਤ ਬੀਤਿਆ ਸਾਰਾ
ਨਵਾਂ ਵਰ੍ਹਾ ਅੱਜ ਈਕਣ ਚੜ੍ਹਿਆ
ਜਿਓਂ ਦੁਲਹਨ ਦੀ ਲਾਜ
ਗੀਤ ਨਵੇਂ ਨੇ ਤਰਜ਼ਾਂ ਨਵੀਆਂ
ਓਹੀ ਪੁਰਾਣੇ ਸਾਜ਼
ਨਵਾਂ ਵਰ੍ਹਾ ਅੱਜ ਈਕਣ ਚੜ੍ਹਿਆ
ਜਿਓਂ ਸਾਵਣ ਦੀ ਹਰਿਆਲੀ
ਵਰ੍ਹੇ ਅਸਾਡੇ ਬੀਤਣ ਸੌਖੇ
ਨਾ ਮੁੱਕੇ ਰਾਤ ਗ਼ਮਾਂ ਦੇ ਵਾਲੀ
ਸਾਲਾਂ ਦੇ ਅਸੀਂ ਸਾਲ ਬਿਤਾਏ ਕਰ ਕਰ ਅੱਧੋਰਾਣੇ
ਭੁੱਲ ਗਏ ਅਸੀਂ ਵਕ਼ਤ ਹਿਜ਼ਰ ਦਾ
ਨਾ ਭੁੱਲੇ ਨੈਣ ਤੇਰੇ ਨਿਮਾਣੇ
ਨਵਾਂ ਵਰ੍ਹਾ ਅੱਜ ਈਕਣ ਚੜ੍ਹਿਆ
ਜਿਓਂ ਪੋਹ-ਮਾਘ ਦੀ ਸਰਦੀ
ਉਮਰ ਦੀ ਦਹਿਲੀਜ਼ ਤੋਂ ਜ਼ਿੰਦਗੀ
ਅੱਜ ਗੁਜ਼ਰੀ ਹੌਂਕੇ ਭਰਦੀ

ਸਮਾਂ

ਸਮਾਂ ਓਹੀ ਹੈ
ਸੰਵਾਦ ਬਦਲੇ ਨੇ
ਜ਼ਮਾਨਾ ਓਹੀ ਹੈ
ਜਜ਼ਬਾਤ ਬਦਲੇ ਨੇ
ਕਦਰਾਂ ਓਹੀ ਨੇ
ਤਰੀਕੇ ਬਦਲੇ ਨੇ
ਸ਼ਹੂਰ ਓਹੀ ਹੈ
ਸਲੀਕੇ ਬਦਲੇ ਨੇ
ਗੀਤ ਓਹੀ ਨੇ
ਕਵਿਤਾਵਾਂ ਬਦਲ ਗਈਆਂ
ਰਿਸ਼ਤੇ ਓਹੀ ਨੇ
ਸੀਮਾਵਾਂ ਬਦਲ ਗਈਆਂ
ਦਿਨ ਰਾਤ ਓਹੀ ਨੇ
ਕੈਲੰਡਰ ਬਦਲ ਗਏ
ਰਸਮਾਂ ਓਹੀ ਨੇ
ਬਵੰਡਰ ਬਦਲ ਗਏ

ਆਤਮ ਕਥਾ

ਉਮਰ ਦੀ ਸਿਖਰ ਦੁਪਹਿਰੇ ਖਲੋ ਕੇ
ਜਦੋਂ ਵੀ ਪਿੱਛੇ ਪਰਤ ਕੇ ਤੱਕਿਆ
ਤਾਂ ਬਚਪਨ ਦੀ ਪ੍ਰਭਾਤ ਵਿਚ
ਚਿੜੀਆਂ ਦੀ ਚਹਿਚਹਾਟ
ਮੁਰਗੇ ਦੀ ਬਾਂਗ
ਤੇ ਗਿੱਲੀ ਮਿੱਟੀ ਦੀ ਖੁਸ਼ਬੂ ਆਈ
ਕਿਸੇ ਅਲਸਾਏ ਹੋਏ ਪਿੰਡ ਦੇ ਖੇਤਾਂ ਵਿਚ
ਆਪਣਿਆਂ ਦਾ ਨਿੱਘ
ਜੰਗਲੀ ਫੁੱਲਾਂ ਵਾਂਗ ਉੱਗਿਆ ਮਿਲਿਆ
ਉਮਰ ਦੀ ਸਿਖਰ ਦੁਪਹਿਰੇ ਖਲੋ ਕੇ
ਜਦ ਦੁਬਾਰਾ ਤੱਕਿਆ ਤਾਂ
ਜਵਾਨੀ ਦਾ ਮਧੁਰ ਸੰਗੀਤ
ਸ਼ਿਵ ਦੀ ਕਵਿਤਾ
ਨਾਨਕ ਸਿੰਘ ਦੇ ਨਾਵਲ
ਅੰਮ੍ਰਿਤਾ ਪ੍ਰੀਤਮ ਲਈ ਮੇਰਾ ਦੀਵਾਨਾਪਣ
ਤੇ ਦੋਸਤਾਂ ਦੀ ਬੇਬਾਕੀ
ਸਭ ਯਾਦ ਆਈਆਂ
ਉਮਰ ਦੀ ਦੁਪਹਿਰ ਪਿੱਛੋਂ
ਜਦੋਂ ਹੁਣ ਪਰਛਾਵੇਂ ਲੰਮੇਂ ਹੋਣ ਦਾ ਵਕ਼ਤ
ਆ ਚਲਿਆ ਹੈ
ਤਾਂ ਸੋਚਦੀ ਹਾਂ

ਸ਼ਾਮਾਂ ਪੈਣ ਤੋਂ ਬਾਦ
ਹਾਲੇ ਤਾਂ ਰਾਤ ਵੀ ਬਾਕੀ ਹੈ
ਕੀ ਉਸ ਰਾਤ ਦੇ ਹਨੇਰੇ ਵਿਚ
ਉਹ ਚੰਦਰਮਾ ਸਾਥ ਦੇਵੇਗਾ
ਜੋ ਸੂਰਜ ਦੇ ਤਾਪ ਤੋਂ ਡਰਕੇ
ਕਿਤੇ ਜਾ ਛੁਪਿਆ ਸੀ
ਕੀ ਉਸ ਰਾਤ ਦੇ ਹਨੇਰੇ ਵਿਚ
ਉਹ ਸਿਤਾਰੇ ਟਿਮਟਿਮਆਉਣਗੇ
ਜੋ ਹਰ ਦਿਨ ਮੇਰੀਆਂ ਅੱਖਾਂ ਦੇ
ਤਾਰੇ ਬਣ ਕੇ
ਚਮਕਦੇ ਰਹੇ ਨੇ
ਕੀ ਉਸ ਰਾਤ ਦੇ ਹਨੇਰੇ ਵਿਚ
ਉਹ ਸੋਟੀ ਸਹਾਰਾ ਦੇਵੇਗੀ
ਜੋ ਜਵਾਨੀ ਤੇ ਬੁਢਾਪੇ ਦੇ ਵਿਚਕਾਰ
ਮੇਰਾ ਪੁਲ ਬਣੀ ਸੀ
ਕੀ ਉਸ ਰਾਤ ਤੋਂ ਪਰਾਂ
ਹੋਰ ਪਰਾਂ
ਇੱਕ ਪ੍ਰਭਾਤ ਦਾ ਆਗਮਨ
ਫਿਰ ਹੋਵੇਗਾ?
ਪਰ ਹਾਲੇ ਤਾਂ ਸ਼ਾਮਾਂ ਵੀ ਨਹੀਂ ਪਈਆਂ
ਤੇ ਰਾਤ ਤਾਂ
ਹਾਲੇ ਬਾਕੀ ਹੈ

ਕਵਿਤਾ

ਮੇਰੀ ਕਵਿਤਾ ਬੋਲੀ ਹੋਈ
ਅੰਨੀ ਹੋਈ ਲੰਗੀ ਹੋਈ
ਜੋ ਕਵਿਤਾ ਸੀ ਇਸ਼ਕ ਪਿਆਰ ਦੀ
ਅੱਜ ਉਹ ਖ਼ੂਨ 'ਚ ਰੰਗੀ ਹੋਈ
ਮੇਰੀ ਕੁੱਖ ਚੋਂ ਜੋ ਨੇ ਜੰਮੇਂ
ਸਿੰਘ ਉਹ ਹੈ ਰਾਮ ਉਹ ਹੈ
ਦੋਨਾਂ ਦੀ ਮੈਂ ਮਾਂ ਸਦਾਵਾਂ
ਫਿਰ ਕਿਸੇ ਤੇ ਇਲਜ਼ਾਮ ਕਿਓਂ ਹੈ
ਰੁੱਖਾਂ ਦੀ ਅੱਜ ਛਾਂ ਮਰੁੰਡੀ
ਪੀਲੇ ਪੱਤੇ ਲੀਰੋ ਲੀਰ
ਸਭ ਦੀਆਂ ਅੱਖਾਂ ਸ਼ਕ੍ ਵਸੇਂਦਾ
ਕਿਥੇ ਗਿਆ ਵਿਸ਼ਵਾਸ ਦਾ ਨੀਰ
ਕਾਗਜ਼ ਮੇਰਾ ਖਿੜ੍ਹ ਖਿੜ ਹੱਸੇ
ਕਲਮ ਹੈ ਮੇਰੀ ਪੀੜੋ ਪੀੜ
ਵਿਸਰ ਗਏ ਨੇ ਪਿਆਰ ਮੁਹੱਬਤ
ਕਿਹੜਾ ਰਾਂਝਾ ਕਿਹੜੀ ਹੀਰ
ਧਿੱਕਾਰ ਹੈ ਮੇਰੀ ਉਸ ਕੁੱਖ ਉੱਤੇ
ਜੀਹਨੇ ਜੰਮੇਂ ਆਦਮਖੋਰ
ਅੱਗ ਦੇ ਇਸ ਦਰਿਆ ਨੂੰ ਬੰਨੋ
ਸਹਿ ਨੀ ਹੁੰਦਾ ਹੁਣ ਤਾਂ ਹੋਰ

ਅੰਮ੍ਰਿਤਾ ਨੂੰ

ਕਿਓਂ ਕਮਲੀਏ ਅੰਬਰ ਫੋਲੇਂ
ਕਿਓਂ ਕਰੇਂ ਫ਼ਰਿਆਦਾਂ
ਆਪਣੇ ਹਿੱਸੇ ਕੱਚੀਆਂ ਤੰਦਾਂ
ਜਾਂ ਫਿਰ ਮੁੱਠ ਭਰ ਯਾਦਾਂ
ਮੈਂ ਵੀ ਪਾਏ ਗਿੱਧੇ ਭੰਗੜੇ
ਮੈਂ ਵੀ ਖੁਲ ਕੇ ਨੱਚੀ
ਮੈਂ ਵੀ ਤੇਰੇ ਵਾਂਗਰ ਅੜੀਏ
ਕਦੀ ਬੁਝੀ , ਫਿਰ ਮੱਚੀ
ਪੀੜ ਕਈ ਰਿਸ਼ਤਿਆਂ ਦੀ
ਮੈਂ ਵੀ ਆਪਣੇ ਸੀਨੇ ਝੱਲੀ
ਕੇਹੀ ਇੱਕ ਹਨੇਰੀ ਝੁੱਲੀ
ਮੈਂ ਰਹਿ ਗਈ ਕਲ - ਮਕੱਲੀ
ਭੀੜ ਦੇ ਵਿਚ ਤੂੰ ਵੀ ਅੜੀਏ
ਆਪਣਾ ਚਿਹਰਾ ਖੋਇਆ
ਭੀੜਾਂ ਦੇ ਦਰਵਾਜ਼ੇ ਅੱਗੇ
ਮੇਰਾ ਅੰਤ ਵੀ ਹੋਇਆ
ਯਾਦਾਂ ਵਿਚੋਂ ਤੀਲੇ ਚੁਣ ਚੁਣ
ਆਲ੍ਹਣਾ ਨਾ ਤੂੰ ਬੁਣਿਆ ਕਰ
ਦਿਲ ਦੇ ਹਾੜ੍ਹੇ, ਹਿਜ਼ਰ ਦੀ ਪੀੜ
ਕਿਸੇ ਤਾਂ ਇੱਕ ਦੀ ਸੁਣਿਆ ਕਰ
ਮੈਂ ਨਾ ਜਾਣਾ ਤੇਰੀਆਂ ਪੀੜ੍ਹਾਂ

ਨਾ ਤੇਰੇ ਗ਼ਮ ਦੀ ਸਾਰ ਕੁੜੇ
ਫਿਰ ਵੀ ਤੇਰੀਆਂ ਪੀੜ੍ਹਾਂ ਦੇ ਵਿਚ
ਮੇਰੇ ਗ਼ਮ ਦੀ ਝਾਲ ਕੁੜੇ
ਕਿਓਂ ਸੋਹਣੀਏ ਲੋਕ - ਪੀੜ ਨੂੰ
ਆਪਣੀ ਪੀੜ ਬਣਾਏਂ ਤੂੰ
ਗੂੰਗੇ ਬੋਲੇ ਲੋਕਾਂ ਅੱਗੇ
ਗਾ ਗਾ ਹਾੜ੍ਹੇ ਪਾਏਂ ਤੂੰ
ਆਪਣਾ ਦਰਦ ਪਛਾਣਨ ਵਾਲੇ
ਕਿਸੇ ਵੀ ਨੁਕਰੇ ਲੱਭਣ ਨਾ
ਤੋਹਮਤਾਂ ਤੇ ਇਲਜ਼ਾਮ ਸਿਰਾਂ ਤੇ
ਲਾਉਂਦੇ ਕਦੇ ਵੀ ਥੱਕਣ ਨਾ
ਇਹ ਨਾ ਸੋਚੀਂ ਭੋਲੀਏ ਕੂੰਜੇ
ਮੈਂ ਵੀ ਤੇਰੇ ਹਾਣ ਦੀਆਂ
ਪਰ ਮੈਂ ਧਰਤੀ ਉੱਤੇ ਬੈਠੀ
ਅੰਬਰ ਦੀ ਗਤ ਜਾਣਦੀਆਂ
ਦੁੱਖਾਂ ਦੇ ਅੰਗਿਆਰਾਂ ਉੱਤੇ
ਆਜਾ ਕੁਝ ਪਲ ਨੱਚੀਏ ਨੀ
ਲਾ ਲਫ਼ਜ਼ਾਂ ਦੀ ਤੀਲੀ ਬਲੀਏ
ਠੋਕਰ ਖਾ ਫਿਰ ਹੱਸੀਏ ਨੀ

ਪੰਜਾਬੀ

ਕੋਈ ਆਓ
ਮੇਰੀ ਪੰਜਾਬੀ ਬੋਲੀ ਦੀ
ਹੁਣ ਜਾਨ ਬਚਾਓ
ਉੱਚੀ ਮਚਾਨੇ ਹੈ ਜਾਂ ਚੜ੍ਹੀ
ਇਹਨੂੰ ਮੋੜ ਲਿਆਓ
ਪੰਜਾਬੀਆਂ ਨਾਲ ਰੁਸ ਗਈ
ਕੋਈ ਇਹਨੂੰ ਮਨਾਓ
ਬਾਹਰਲੇ ਮੁਲਕੀਂ ਜਾ ਵੜੀ
ਵਾਪਸੀ ਦੀ ਟਿਕਟ ਕਟਾਓ
ਵਾਪਿਸ ਆ ਜਾਵੇ ਤਾਂ
ਇਸ ਦੀ ਕਦਰ ਕਰਨ ਦੀਆਂ
ਤੁਸੀ ਸੌਂਹਾਂ ਖਾਓ
ਰੁਸ ਗਈ ਮੇਰੀ ਬੋਲੀ ਨੂੰ
ਘਰੇ ਮੋੜ ਲਿਆਓ
ਜਨਮ - ਘੁੱਟੀ ਬਣਾ ਕੇ
ਇਹਨੂੰ ਬੱਚਿਆਂ ਮੂੰਹ ਪਾਓ
ਪ੍ਰਸ਼ਾਦ ਸਮਝ ਕੇ ਇਹਨੂੰ ਹੁਣ
ਸਭਨਾਂ ਵਿਚ ਵਰਤਾਓ
ਪਲ ਪਲ ਮਰਦੀ ਜਾਂਦੀ ਪੰਜਾਬੀ ਬੋਲੀ ਨੂੰ
ਕੋਈ ਕਾੜ੍ਹਾ ਪਿਲਾਓ
ਸੋਹਣੇ ਜਿਹੇ ਇਹਦੇ ਮੁੱਖ ਤੇ

ਕਲਗੀ ਸਜਾਓ
ਗੁਰੂਆਂ ਵਾਂਗੂ ਸਤਿਕਾਰ ਕਰੋ
ਇਹਦਾ ਮਾਣ ਵਧਾਓ
ਮਰ ਰਹੀ ਮੇਰੀ ਪੰਜਾਬੀ ਬੋਲੀ ਨੂੰ
ਕੋਈ ਆਣ ਬਚਾਓ

ਝੂਠ

ਵਾਹ ਮੇਰੇ ਹਾਕਮਾਂ
ਵਾਹ ਮੇਰੀਆਂ ਸਰਕਾਰਾਂ ਨੇ
ਮੋਏ ਸਨ ਦੋ ਸੌ
ਤੇ ਦੱਸਦੇ ਸਿਰਫ ਅਠਾਰਾਂ ਨੇ
ਪੁੰਗਰਦੇ ਨਾ ਫੁੱਲ ਇੱਥੇ
ਪੁੰਗਰਦੀਆਂ ਕਟਾਰਾਂ ਨੇ
ਕੁੱਤੇ ਦੀ ਮੌਤ ਇੱਥੇ
ਮਰਦੇ ਹਜ਼ਾਰਾਂ ਨੇ
ਸੱਚ ਨੂੰ ਨਾ ਕੋਈ ਪੁੱਛੇ
ਝੂਠ ਨਾਲ ਯਾਰਾਂ ਨੇ
ਗਰੀਬ ਦੀ ਨਾ ਕੋਈ ਸੁਣੇ
ਅਮੀਰ ਦੀਆਂ ਪੁਕਾਰਾਂ ਨੇ
ਜੰਗਲ 'ਚ ਅੱਗ ਫੈਲੀ
ਕਿਤੇ ਦਿਸਦੀਆਂ ਨਾ ਫੁਹਾਰਾਂ ਨੇ

ਕਫ਼ਨ

ਮੇਰੇ ਦੇਸ਼ ਵਿਚ ਔਰਤ ਹੋਣਾ ਸਭ ਤੋਂ ਵੱਡਾ ਸ਼ਰਾਪ ਹੈ
ਮੇਰੇ ਦੇਸ਼ ਵਿਚ ਔਰਤ ਹੋਣਾ ਸਭ ਤੋਂ ਵੱਡਾ ਪਾਪ ਹੈ
ਨਾ ਕੋਈ ਜਨਮ ਤੇ ਖ਼ੁਸ਼ੀ ਮਨਾਏ
ਨਾ ਕੋਈ ਗਿੱਧੇ ਭੰਗੜੇ ਪਾਏ
ਨਾ ਕੋਈ ਮਾਂ ਨੂੰ ਦੇਵੇ ਵਧਾਈ
ਨਾ ਹੀ ਵੰਡੀ ਜਾਏ ਮਿਠਾਈ
ਧੀ ਜੰਮੀ ਤਾਂ ਸੋਗ ਪੈ ਜਾਵੇ
ਜਿਵੇਂ ਕੋਈ ਘਰ ਨੂੰ ਰੋਗ ਪੈ ਜਾਵੇ
ਜਵਾਨ ਹੋਣ ਤੇ ਬਾਪ ਘਬਰਾਏ
ਭਰਾਵਾਂ ਹਰ ਥਾਂ ਪਹਿਰੇ ਲਾਏ
ਘਰ ਦੀ ਇੱਜ਼ਤ ਕੁੜੀ ਦੇ ਜ਼ੁੰਮੇ
ਮੁੰਡਾ ਜਿਥੇ ਮਰਜ਼ੀ ਘੁੰਮੇ
ਵਿਆਹ ਕੇ ਮਾਪੇ ਸੁਰਖ਼ਰੂ ਹੋਏ
ਸਹੁਰੇ ਘਰ ਫੇਰ ਜੀਏ ਜਾਂ ਮੋਏ
ਹੁਣ ਪੇਕੇ ਨਾ ਵਾਪਿਸ ਆਵੀਂ
ਜਿਵੇਂ ਕਿਵੇਂ ਤੂੰ ਵਕ਼ਤ ਲੰਘਾਵੀਂ
ਮੌਤ ਬਾਦ ਪੇਕਿਓਂ ਕਫ਼ਨ ਆਉਂਦੇ
ਆਖਰੀ ਰਸਮਾਂ ਮਾਪੇ ਨਿਭਾਉਂਦੇ
ਮੇਰੇ ਦੇਸ਼ ਵਿਚ ਔਰਤ ਹੋਣਾ
ਸਮਝ ਲਓ ਹੈ ਨਿਤ ਦਾ ਰੋਣਾ
ਹੇ ਮੇਰੇ ਮਾਲਿਕ, ਹੇ ਮੇਰੇ ਸਾਈਂ
ਅਗਲੇ ਜਨਮ ਨਾ ਔਰਤ ਬਣਾਈਂ

ਪੈਂਡੂ ਬੱਚੇ

ਅਸੀਂ ਪੰਜਾਹ ਸੱਠ ਦੇ ਦਸ਼ਕ ਵਾਲੇ ਪੈਂਡੂ ਬੱਚੇ
ਬੜੇ ਭੋਲੇ ਭਾਲੇ ਹੁੰਦੇ ਸੀ
ਗੁੜ ਦੀ ਇਕ ਰੋੜੀ ਨਾਲ
ਮੰਨ ਜਾਂਦੇ ਸੀ
ਜੇ ਸਾਨੂੰ ਗੰਨਾ ਆਪ ਆ ਚੂਪਣਾ ਪੈਂਦਾ
ਬਾਪੂ ਗੰਡੇਰੀਆਂ ਬਣਾ ਦਿੰਦਾ
ਤਾਂ ਅਸੀਂ ਖੁਸ਼ ਹੋ ਜਾਂਦੇ ਸੀ
ਜੇ ਮਾਂ ਮਿੱਠੇ ਖਰਬੂਜ਼ੇ ਦੀ ਇਕ ਫਾੜੀ
ਸਾਂਭ ਕੇ ਸਾਡੇ ਲਈ ਰੱਖ ਦਿੰਦੀ
ਤਾਂ ਅਸੀਂ ਖਿੜ ਖਿੜ ਜਾਂਦੇ ਸੀ
ਜੇ ਮੱਝਾਂ ਦੀ ਧਾਰ ਕੱਢ ਕੇ ਲਿਆਏ
ਤਾਜ਼ੇ ਦੁੱਧ ਦੀਆਂ ਬਾਲਟੀਆਂ ਵਿਚੋਂ
ਝੱਗ ਖਾਣ ਲਈ ਸਭ ਤੋਂ ਪਹਿਲਾਂ ਮੈਨੂੰ ਮਿਲ ਜਾਂਦੀ
ਤਾਂ ਮੇਰੀ ਖੁਸ਼ੀ ਦਾ ਟਿਕਾਣਾ ਨਾ ਰਹਿੰਦਾ
ਅਸੀਂ ਪੈਂਡੂ ਬੱਚੇ ਬੜੇ ਭੋਲੇ ਭਾਲੇ ਸੀ
ਜੇ ਬੇਰੀਆਂ ਤੋਂ ਕਿਸੇ ਦਿਨ ਬਹੁਤ ਸਾਰੇ
ਪੱਕੇ ਬੇਰ ਲੱਭ ਜਾਂਦੇ ਤਾਂ
ਅਸੀਂ ਖੁਸ਼ੀ 'ਚ ਉਛਲਣ ਲੱਗਦੇ
ਜੇ ਵੱਡਾ ਭਰਾ ਹੋਲਾਂ ਬਣਾਕੇ
ਸਾਨੂੰ ਵਾਜਾਂ ਮਾਰਦਾ
ਤਾਂ ਅਸੀਂ ਭੱਜ ਕੇ ਜਾਂਦੇ

ਜੇ ਤੂਤ ਦੀ ਛਾਵੇਂ ਮੰਜੀ ਡਾਹ ਕੇ ਪਿਆਂ ਉੱਤੇ
ਅਚਾਨਕ ਮਿੱਠੀਆਂ ਮਿਠੀਆਂ ਤੂਤੀਆਂ ਡਿਗ ਪੈਂਦੀਆਂ
ਤਾਂ ਅਸੀਂ ਮੁਠੀਆਂ ਭਰ ਭਰ ਖਾਂਦੇ
ਬੇਹੀਆਂ ਰੋਟੀਆਂ ਉੱਤੇ ਮੱਖਣ ਰੱਖ ਕੇ
ਤੇ ਉੱਤੇ ਲੂਣ ਮਿਰਚ ਧੂੜ ਕੇ
ਅਸੀਂ ਪਚਾਕੇ ਮਾਰ ਕੇ ਖਾਂਦੇ
ਅੱਧਾ ਚਟੂਰਾ ਲੱਸੀ ਦਾ ਪੀ ਜਾਂਦੇ
ਕਾੜ੍ਹਨੀ ਦੇ ਗੁਲਾਬੀ ਦੁੱਧ ਤੋਂ
ਮਲਾਈ ਉਤਾਰ ਕੇ ਖਾ ਜਾਂਦੇ
ਡੰਗਰਾਂ ਲਈ ਉਬਲੀਆਂ ਬੱਕਲੀਆਂ ਤੇ ਵੀ
ਹੱਥ ਸਾਫ ਕਰ ਜਾਂਦੇ
ਅਸੀਂ ਪੈਂਡੂ ਬੱਚੇ ਬੜੇ ਭੋਲੇ ਭਾਲੇ ਸੀ
ਸਿਰਫ ਖਾਂਦੇ ਤੇ ਖੇਡਦੇ
ਗੁੱਲੀ- ਡੰਡਾ, ਖੁੱਦੋ- ਖੂੰਡੀ
ਕੌਡੀ, ਸ਼ਟਾਪੂ, ਲੁੱਕਣ - ਮੀਟੀ
ਭੰਡੋ ਭੰਡਾਰੀਆ ਕਿੰਨਾ ਕ ਭਾਰ
ਇੱਕ ਮੁੱਠੀ ਚੱਕ ਲੈ ਦੂਜੀ ਤਿਆਰ
ਅਸੀਂ ਪੈਂਡੂ ਬੱਚੇ ਗੁੱਸਾ ਨਹੀਂ ਸੀ ਕਰਦੇ
ਕਦੀ ਕਦਾਈਂ ਗੁੱਸੇ ਦਾ ਦਿਖਾਵਾ ਕਰਦੇ
ਤਾਂ ਕੁਤਕਤਾੜੀਆਂ ਕਢਣ ਤੇ
ਹੱਸ ਪੈਂਦੇ, ਮੰਨ ਜਾਂਦੇ
ਮਾਂ ਨੂੰ ਚੁੱਲ੍ਹਾ ਤੇ ਵੇੜ੍ਹਾ
ਲਿੱਪਣ 'ਚ ਮਦਦ ਕਰਦੇ
ਪਿਓ ਨੂੰ ਪੱਠੇ ਲਿਆਉਣ

ਤੇ ਟੋਕਾ ਕਰਨ 'ਚ ਮਦਦ ਕਰਦੇ
ਵੱਡੇ ਭਰਾ ਨਾਲ ਗਾਰੇ ਦੀ ਘਾਣੀ ਕਰਦੇ
ਛੋਟੇ ਭਰਾ ਨੂੰ ਬੰਟੇ ਖੇਡਣ ਲਈ
ਗੁੱਤੀ ਬਣਾ ਦੇਂਦੇ
ਬਾਪੂ ਨਾਲ ਰਾਤਾਂ ਨੂੰ
ਸੱਪਾਂ ਦੀਆਂ ਸਿਰੀਆਂ ਮਿੱਧ ਦੇ
ਪਾਣੀ ਦੀ ਵਾਰੀ ਲਾ ਆਉਂਦੇ
ਅਸੀਂ ਪੈਂਡੂ ਬੱਚੇ ਬੜੇ ਭੋਲੇ ਭਾਲੇ ਸੀ
ਮੱਝਾਂ ਨੂੰ ਛੱਪੜ ਤਕ ਲਿਜਾ ਕੇ
ਨੂਆ ਲਿਆਉਂਦੇ
ਤੇ ਆਪ ਵੀ ਨਹਾ ਆਉਂਦੇ
ਸੰਨੀ ਕਰ ਦਿੰਦੇ
ਪੱਠੇ ਪਾ ਆਉਂਦੇ
ਖਾਂਦੇ, ਖੇਡਦੇ, ਕੰਮ ਕਰਦੇ
ਮਿੱਟੀ 'ਚ ਗੁਥਮ ਗੁਥਾ ਹੁੰਦੇ
ਪਿੰਡ ਦੇ ਪ੍ਰਾਇਮਰੀ ਸਕੂਲ 'ਚ ਪੜ੍ਹਦੇ
ਮਾਸਟਰਾਂ ਲਈ ਘਰੋਂ ਲੱਸੀ ਤੇ ਦੁੱਧ ਲਿਜਾਂਦੇ
ਅਸੀਂ ਜਵਾਨ ਹੋ ਗਏ
ਅਸੀਂ ਪੈਂਡੂ ਬੱਚੇ ਬੜੇ ਭੋਲੇ ਭਾਲੇ ਸੀ

ਕਿੱਥੇ ਚਲੀ ਗਈ

ਮਨਾਂ ਚੋਂ ਅੱਛਾਈ
ਕਿੱਥੇ ਚਲੀ ਗਈ ?
ਰਿਸ਼ਤਿਆਂ ਚੋਂ ਸਚਾਈ
ਕਿੱਥੇ ਚਲੀ ਗਈ ?
ਜੋ ਵੀ ਮਿਲੇ ਖਾ ਜਾਂਦੇ ਹਾਂ
ਭੋਜਨ ਚੋਂ ਸਫਾਈ
ਕਿੱਥੇ ਚਲੀ ਗਈ ?
ਰਿਸ਼ਵਤ - ਖੋਰੀ ਵੱਧ ਗਈ
ਮੇਹਨਤ ਦੀ ਕਮਾਈ
ਕਿੱਥੇ ਚਲੀ ਗਈ ?
ਘਰ ਘਰ ਬਿਮਾਰੀ ਵੜ੍ਹ ਗਈ
ਉਹ ਲੱਗਣ ਵਾਲੀ ਦਵਾਈ
ਕਿੱਥੇ ਚਲੀ ਗਈ ?
ਸਭ ਕੁਝ ਨਕਲੀ ਵਿਕ ਰਿਹੈ
ਉਹ ਸ਼ੁੱਧ ਦੁੱਧ ਮਲਾਈ
ਕਿੱਥੇ ਚਲੀ ਗਈ ?
ਹਰ ਕੋਈ ਗੁੱਸੇ 'ਚ ਅੱਗ ਬਬੂਲਾ
ਉਹ ਆਦਤਾਂ ਦੀ ਨਰਮਾਈ
ਕਿੱਥੇ ਚਲੀ ਗਈ ?
ਪੀਂਦੇ ਹਾਂ ਹੁਣ ਕੋਕਾ ਕੋਲਾ, ਬੀਅਰ ਤੇ ਰੇਡ ਬੁੱਲ
ਉਹ ਸ਼ਰਬਤ ਉਹ ਠੰਡਾਈ

ਕਿੱਥੇ ਚਲੀ ਗਈ?
ਆਪਣੇ ਫਾਇਦੇ ਦੇ ਸਭ ਰਿਸ਼ਤੇ
ਉਹ ਲੋਕ ਭਲਾਈ
ਕਿੱਥੇ ਚਲੀ ਗਈ?
ਜੁੜਿਆ ਨਾ ਧਨ
ਸਾਰੀ ਉਮਰ ਕਮਾਉਂਦੇ ਰਹੇ
ਉਹ ਇਕ ਇਕ ਪਾਈ
ਕਿੱਥੇ ਚਲੀ ਗਈ?

ਤੂਫ਼ਾਨ

ਨਾ ਉਹ ਸਿੱਖ ਹੈ, ਨਾ ਹਿੰਦੂ, ਨਾ ਹੈ ਮੁਸਲਮਾਨ
ਮੌਤ ਤੇ ਬੇਗੁਨਾਹਾਂ ਦੀ ਜੋ ਨਾ ਹੋਵੇ ਪਰੇਸ਼ਾਨ
ਕੋਈ ਆਏ, ਐਨਾਂ ਤਾਂ ਦੱਸ ਜਾਵੇ ਸਾਨੂੰ
ਕਿਧਰੋਂ ਉਠਿਆ ਹੈ, ਕਿਧਰ ਨੂੰ ਜਾਏਗਾ ਏ ਤੂਫ਼ਾਨ
ਤੂੰ ਸੋਚ ਪੰਜਾਬ ਦੀ ਹਿੱਕ ' ਚ ਖੰਜਰ ਮਾਰਨ ਵਾਲੇ
ਆਪਣੇ ਹੈ ਫੁੱਲਾਂ ਨੂੰ, ਲਿਤਾੜਦਾ ਹੈ ਕਦੀ ਬਾਗਵਾਨ
ਬਚਾ ਲੋ ਇਸ ਦੀ ਹਸਤੀ ਨੂੰ
ਥੇਹ ਹੋ ਜਾਣ ਤੋਂ ਪਹਿਲਾਂ
ਜੇ ਗਰਕਿਆ ਇਹ
ਤਾਂ ਬਚੇਗਾ ਨਾ ਹਿੰਦੁਸਤਾਨ
ਗੁੱਸੇ 'ਚ ਆਕੇ ਲਹੂ ਨੂੰ
ਇੰਜ ਨਾ ਜਲਾਓ ਦੋਸਤੋਂ
ਜੇ ਲੱਗੀ ਅੱਗ, ਤਾਂ ਨਾ ਬਚੇਗਾ
ਤੁਹਾਡਾ ਵੀ ਮਕਾਨ
ਖਿਲਦੇ ਨਹੀਂ ਫੁੱਲ
ਹੁਣ ਮੌਸਮੇ - ਬਹਾਰ ਵਿਚ
ਰਹੇ - ਚਮਨ ਤੇ ਬੈਠਾ ਹੈ
ਸ਼ਾਇਦ ਕੋਈ ਸ਼ੈਤਾਨ
ਦੁੱਖ ਨਹੀਂ ਇਸ ਗੱਲ ਦਾ
ਕਿ ਜਲਿਆ ਆਸ਼ਿਆਂ ਸਾਡਾ
ਜਲਾਇਆ ਆਪਣਿਆਂ ਨੇ
ਇਸ ਗੱਲ ਤੇ ਹਾਂ ਪਸ਼ੇਮਾਨ

ਬਾਗ਼ੀ

ਨਾ ਨਾਰੇ ਲਗਾਏ
ਨਾ ਜਲੂਸ ਕੱਢਿਆ
ਨਾ ਕਿਸੇ ਧਰਨੇ ਤੇ ਬੈਠੇ
ਨਾ ਪਾਣੀ ਦੀ ਟੈਂਕੀ ਤੇ ਚੜ੍ਹੇ
ਨਾ ਮੁਜ਼ਾਹਿਰਾ ਕੀਤਾ
ਫਿਰ ਵੀ ਉਹ ਕਹਿੰਦੇ
ਮੈਂ ਬਾਗੀ ਹਾਂ
ਨਾ ਮੇਰੇ ਕੋਲ ਬੰਦੂਕ ਹੈ
ਨਾ ਮੇਰੇ ਕੋਲ ਚਾਕੂ ਹੈ
ਨਾ ਮੇਰੇ ਕੋਲ ਗੰਡਾਸਾ ਹੈ
ਨਾ ਮੇਰੇ ਕੋਲ ਕ੍ਰਿਪਾਨ ਹੈ
ਨਾ ਹੀ ਕੋਈ ਹੋਰ ਹਥਿਆਰ
ਫਿਰ ਵੀ ਉਹ ਕਹਿੰਦੇ
ਮੈਂ ਖ਼ਤਰਨਾਕ ਹਾਂ
ਮੈਂ ਇਕ ਬਾਗੀ ਤੇ ਖ਼ਤਰਨਾਕ ਔਰਤ ਹਾਂ
ਜੋ ਆਪਣੀ ਪਸੰਦ ਤੇ ਨਾਪਸੰਦ ਜ਼ਾਹਿਰ ਕਰਦੀ ਹਾਂ
ਮੈਂ ਕੀ ਪਹਿਨਣਾ ਤੇ ਕੀ ਖਾਣਾ ਚਾਹੁੰਦੀ ਹਾਂ
ਜ਼ਾਹਿਰ ਕਰਦੀ ਹਾਂ
ਮੈਂ ਆਪਣੀ ਮੰਜ਼ਿਲ ਖੁਦ ਤਹਿ ਕਰਨਾ ਚਾਹੁੰਦੀ ਹਾਂ
ਮੈਂ ਖੁੱਲੇ ਅਸਮਾਨ 'ਚ
ਉਡਾਰੀ ਮਾਰਨਾ ਚਾਹੁੰਦੀ ਹਾਂ

ਮੈਂ ਪਿੰਜਰਾ ਤੋੜ ਕੇ ਉਡ ਜਾਣਾ ਚਾਹੁੰਦੀ ਹਾਂ
ਚਾਹੁੰਦੀ ਹਾਂ ਕਿ ਉਹ ਮੇਰੇ ਜਿਸਮ ਨੂੰ
ਛੂਹਣ ਤੋਂ ਪਹਿਲਾਂ
ਮੇਰੀ ਇਜਾਜ਼ਤ ਮੰਗੇ
ਪਰ ਉਹ ਕਹਿੰਦੇ
ਮੈਂ ਬਾਗੀ ਤੇ ਖ਼ਤਰਨਾਕ ਔਰਤ ਹਾਂ
ਚਾਹੁੰਦੀ ਹਾਂ ਕਿ ਆਪਣੇ ਹਰ ਫੈਸਲੇ 'ਚ
ਉਹ ਮੈਨੂੰ ਸ਼ਾਮਿਲ ਕਰੇ
ਕਦੀ ਕਦੀ ਮੇਰੇ ਨਾਲ ਮਿਲ ਕੇ
ਹੱਸੇ ਤੇ ਖਿਲਖਿਲਾਏ
ਕਦੀ ਕਦਾਈਂ ਰੋਣ ਲਈ
ਆਪਣਾ ਮੋਢਾ ਦੇ ਦਵੇ
ਮੇਰੇ ਸੁਪਨਿਆਂ ਦੀ ਤਾਬੀਰ 'ਚ
ਮੇਰਾ ਸਾਥ ਦੇਵੇ
ਜਿਵੇਂ ਮੈਂ ਓਹਦਾ ਸਾਥ ਦਿੱਤਾ
ਚਲੋ, ਮੈਂ ਤਸਲੀਮ ਕਰਦੀ ਹਾਂ
ਕਿ ਮੈਂ ਇਕ ਬਾਗੀ ਤੇ ਖ਼ਤਰਨਾਕ ਔਰਤ ਹਾਂ
ਤੁਹਾਡੀ ਹਰ ਸਜ਼ਾ ਲਈ
ਤਿਆਰ -ਬਰ -ਤਿਆਰ

ਸ਼ੀਸ਼ਾ

ਕੁਝ ਇਸ ਤਰਾਂ ਗੁਜ਼ਰੀ ਹੈ ਜ਼ਿੰਦਗੀ
ਕਿ ਅਸੀਂ ਬੁੱਤ ਜੇ ਹੋ ਗਏ
ਚਹਿਕਦੇ ਰਹਿੰਦੇ ਸੀ ਜੋ ਦਿਨ ਰਾਤ
ਬੱਸ ਹੁਣ ਚੁੱਪ ਜੇ ਹੋ ਗਏ
ਕਿਸੇ ਦੀ ਵੀ ਪੁਕਾਰ ਹੁਣ ਸੁਣਦੀ ਹੀ ਨਹੀਂ
ਆਪਣੇ ਹੀ ਅੰਦਰ 'ਚ ਗੁੰਮ ਜੇ ਹੋ ਗਏ
ਢਲਦੀ ਰਹੀ ਰਾਤ, ਪਿਘਲਦੇ ਰਹੇ ਜਿਸਮ
ਮੇਰੇ ਆਪਣੇ ਹੀ ਜ਼ਖਮ, ਮਰਹਮ ਜੇ ਹੋ ਗਏ
ਲੱਗਿਆ ਖੁਸ਼ ਹਾਂ, ਜ਼ਿੰਦਾ ਹਾਂ, ਜਵਾਨ ਹਾਂ ਅਜੇ
ਸਾਲਾਂ ਬਾਦ ਦੇਖਿਆ ਸ਼ੀਸ਼ਾ
ਤਾਂ ਪੱਥਰ ਜੇ ਹੋ ਗਏ

ਉਮੀਦ

ਮੰਨਿਆ ਕਾਲੀ ਬੋਲੀ ਰਾਤ ਹੈ ਲੇਕਿਨ
ਫਿਰ ਵੀ ਤੂੰ ਸਵੇਰ ਹੋਣ ਦੀ ਉਡੀਕ ਤਾਂ ਰੱਖ
ਮੰਨਿਆ ਸਾਰੇ ਬੂਹੇ ਬੰਦ ਨੇ ਤੇਰੇ ਲਈ
ਫਿਰ ਵੀ ਕਿਸੇ ਦਸਤਕ ਦੀ ਉਮੀਦ ਤਾਂ ਰੱਖ
ਮੰਨਿਆ ਮੁਕੱਦਰ ਨੇ ਦਗਾ ਕੀਤਾ ਤੇਰੇ ਨਾਲ
ਫਿਰ ਵੀ ਉਸਦੇ ਦਰ ਤੇ ਜਾ ਕੇ ਸੀਸ ਤਾਂ ਰੱਖ
ਮੰਨਿਆ ਤੂੰ ਗੁੰਮ ਹੈ ਗਹਿਰੇ ਹਨੇਰਿਆਂ 'ਚ
ਫਿਰ ਵੀ ਚਾਨਣ ਦੇ ਲਈ ਕੋਈ ਝੀਥ ਤਾਂ ਰੱਖ
ਫਿਰ ਬੀਜੇਂਗਾ ਤਾਂ ਜ਼ਰੂਰ ਉੱਗੇਗੀ ਫਸਲ
ਤੂੰ ਰੁੱਤਾਂ ਦੇ ਬਦਲਣ ਤੇ ਯਕੀਨ ਤਾਂ ਰੱਖ

ਨੀਲ ਨੂੰ

ਨੀਲ,
ਤੇਰਾ ਆਉਣਾ
ਵਰ੍ਹਿਆਂ ਤੋਂ ਵੀਰਾਨ ਪਈ ਧਰਤੀ ਤੇ
ਜ਼ੋਰਦਾਰ ਮੀਂਹ ਦੇ ਆਉਣ ਵਰਗਾ ਹੈ
ਨੀਲ,
ਤੇਰਾ ਆਉਣਾ
ਨੀਲੇ ਅੰਬਰ ਦੀ ਸੁੰਦਰਤਾ
ਠੰਡੀ ਹਵਾ ਦਾ ਬੁੱਲ੍ਹਾ
ਤਾਜ਼ੇ ਫੁੱਲਾਂ ਦੀ ਮਹਿਕ
ਤੇ ਹਰੀਆਂ ਵਾਦੀਆਂ ਦੀ ਤਾਜ਼ਗੀ ਵਰਗਾ ਹੈ
ਤੇਰੀ ਪਹਿਲੀ ਮੁਸਕਾਨ
ਦਿਲ' ਚ ਉਤਰਕੇ
ਰੂਹ ਨੂੰ ਸੁਕੂਨ ਦੇ ਗਈ
ਤੇਰਾ ਹੱਥ ਫੜਦੇ ਹੀ
ਕਈ ਰਾਤਾਂ ਦੀ ਨਹੀਂ
ਕਈ ਜਨਮਾਂ ਦੀ ਥਕਾਨ ਉੱਤਰ ਗਈ
ਰੱਬ ਕਰੇ ਤੂੰ ਇਸ ਜਹਾਨ ਵਿਚ
ਐਨੀ ਰੋਸ਼ਨੀ ਬਿਖੇਰੇ
ਕਿ ਤੇਰੇ ਸਾਹਮਣੇ
ਸੂਰਜ ਵੀ ਮੱਧਮ ਨਜ਼ਰ ਆਏ

ਕਲਯੁਗ

ਸੋਚਿਆ ਸੀ ਤੁਰ ਜਾਵਾਂਗੇ ਜਲਦੀ
ਉਮਰ ਲੰਮੀ ਹੋ ਗਈ
ਕਲਯੁਗ ਦੇਖਣਾ ਪੈ ਗਿਆ
ਕਿਵੇਂ ਪੁੱਤਰ ਹੀ ਮਾਂ ਦੇ ਟੋਟੇ ਟੋਟੇ ਕਰਦਾ ਹੈ
ਇਹ ਯੁਗ ਦੇਖਣਾ ਪੈ ਗਿਆ
ਕਿਵੇਂ ਪਿਓ ਆਪਣੀ ਹੀ ਧੀ ਦਾ ਕਰਦਾ ਹੈ ਬਲਾਤਕਾਰ
ਫਿਰ ਵੀ ਇਨਸਾਨੀਅਤ ਨਹੀਂ ਹੁੰਦੀ ਸ਼ਰਮਸਾਰ
ਕਿਵੇਂ ਮਾਂ ਆਪਣੇ ਹੀ ਬੱਚਿਆਂ ਨੂੰ
ਨਹਿਰ 'ਚ ਦਿੰਦੀ ਹੈ ਸੁੱਟ
ਕੀ ਇਹ ਮਾਵਾਂ ਹੀ ਨੇ
ਜਾਂ ਪੱਥਰ ਦੇ ਕੋਈ ਬੁੱਤ
ਕਿਵੇਂ ਭਰਾ ਵੱਢ ਦਿੰਦਾ ਏ
ਆਪਣੇ ਹੀ ਭਰਾ ਦਾ ਗਲਾ
ਸਾਰੇ ਜਾਨਵਰ ਬਣ ਗਏ ਨੇ
ਬੰਦਾ ਨਾ ਦਿੱਸੇ ਕੋਈ ਭਲਾ
ਨਸ਼ਾ, ਦਾਰੂ ਜਾਂ ਕੁਝ ਹੋਰ
ਦੋਸ਼ ਕਿਸਦਾ ਹੈ ਅੜੀਏ
ਬੰਦਾ ਬੰਦੇ ਨੂੰ ਖਾ ਰਿਹੈ
ਦੋਸ਼ ਕਿਸਦੇ ਸਿਰ ਮੜੀਏ
ਲਾਲਚ ਬੈਠ ਗਿਆ ਮਨਾਂ ਵਿਚ
ਜੋ ਹੈ, ਉਸਦੀ ਨਹੀਂ ਕਦਰ

ਦੋ ਵਕ਼ਤ ਦੀ ਰੋਟੀ ਨਾਲ
ਹੁਣ ਆਉਂਦਾ ਨਹੀਂ ਕਿਸੇ ਨੂੰ ਸਬਰ
ਮਿਹਨਤ ਮੁਸ਼ੱਕਤ ਕਰਨੀ ਭੁੱਲ ਗਏ
ਠੱਗੀਆਂ ਠੋਰੀਆਂ 'ਚ ਕਰਨ ਵਿਸ਼ਵਾਸ
ਜਿਹੜੇ ਆਪਣੇ ਵੀ ਨਾ ਹੋ ਸਕੇ
ਦੂਜੇ ਕਿਓਂ ਕਰਨ ਉਹਨਾਂ ਤੋਂ ਆਸ
ਜੇ ਰੱਬ ਕਿਤੇ ਹੈ, ਤਾਂ ਸਾਡੀ ਸੁਣ ਲਵੇ
ਇੱਕ ਵਾਰ ਆਕੇ ਦਿਖਾਵੇ ਆਪਣਾ ਰੂਪ
ਭੈੜੇ ਭੈੜੇ ਚੁਣ ਕੇ ਲੈ ਜਾਵੇ
ਜਾਂ ਬਦਲੇ ਮਨੁੱਖਤਾ ਦਾ ਸਰੂਪ

www.ingramcontent.com/pod-product-compliance
Lightning Source LLC
LaVergne TN
LVHW061525070526
838199LV00009B/380

* 9 7 8 9 3 7 0 1 8 4 7 6 3 *